# सुसंघटित मारा

## ना. रा. वडनप

D9900286

मेहता पब्लिशिंग हाऊस

**SUSANGHATIT MARA** by N. R. WADNAP

**सुसंघटित मारा : ना. रा. वडनप / मार्गदर्शनपर**

© डॉ. नीलेश नागनाथ वडनप

प्रकाशक : सुनील अनिल मेहता, मेहता पब्लिशिंग हाऊस,
१९४१, सदाशिव पेठ, पुणे ३०.

अक्षरजुळणी : स्वाती एन्टरप्रायझेस, पुणे – ९.

मुखपृष्ठ : चंद्रमोहन कुलकर्णी

प्रकाशनकाल : ऑगस्ट, १९९६ / ऑगस्ट, २००१ / सप्टेंबर, २००५ / डिसेंबर, २००९ / पुनर्मुद्रण : जून, २०१५

P Book ISBN 9788177661934
E Book ISBN 9788184988031
E Books available on : play.google.com/store/books
www.amazon.in/b?node=15513892031

चि. अजय

B.E. (Civil), R.C.C. Consultant

व

चि. डॉ. नीलेश

यांस

# प्रस्तावना

बुद्धिबळ खेळात प्रतिपक्षावर निर्णायक विजय मिळवावयाचा असेल, तर प्रतिपक्षावरचढाई हल्ला (मारा) करणेच आवश्यक आहे. केवळ बचावात्मक खेळ्या केल्यास निर्णायक विजय मिळवणे जवळ जवळ अशक्यच.

परंतु प्रतिपक्षावर जो हल्ला (मारा) करावयाचा, तो 'सुसंघटित' हवा.

१) 'मारा' हा संघटित हवा. केवळ एखादे मोहरे किंवा प्याद्याने शत्रूच्या पटात घुसून केलेला मारा यशस्वी होणार नाही. कदाचित ती हाराकिरी (आत्मघात) होईल. प्रतिपक्षाच्या पटात एकेकटे घुसलेले वजीर, हत्ती किंवा उंट यांसारखे मोहरे हे प्रतिपक्षाने कोंडीत पकडले जाण्याचे प्रसंग बऱ्याच वेळा अनुभवास येतात.

२) 'मारा' हा नुसता संघटित असून भागणार नाही, तर तो 'सुसंघटित' असणे आवश्यक आहे. चित्रपटात आपल्याला पाहावयास मिळते की, एकटा नायक (हीरो) एकावेळी आठ-दहा गुंडांशी मुकाबला करतो व त्यांना पिटाळून लावतो. गुंडांचा हल्ला संघटित होता; पण 'सुसंघटित' नव्हता म्हणून गुंडांना पलायन करावे लागते. सुसंघटित मारा म्हणजे योजनाबद्ध संघटित मारा, योजना आखण्यापूर्वी प्रतिस्पर्ध्याच्या सोंगट्यांची स्थिती अभ्यासावी लागेल. राजाच्या बचावासाठी व्यूहरचना काय आहे, प्रसंगी तो प्रतिहल्लाही करू शकतो काय, मोहरी व प्यादी यांच्यात चाली मोकळेपणाने होऊ शकतील काय, काहींवर अतिकार्यभार लादला गेला आहे काय, इत्यादी गोष्टींचा साधकबाधक अभ्यास करावा लागेल आणि त्याला अनुसरून आपल्या माऱ्याची आखणी करावी लागेल.

'सुसंघटित माऱ्याचे तंत्र' ज्यांनी उत्तम प्रकारे आत्मसाध्य केले आहे, असेच बुद्धिबळपटू राष्ट्रीय व आंतरराष्ट्रीय स्पर्धांमध्ये आघाडीवर राहिले आहेत.

श्री. ना. रा. वडनप यांनी 'सुसंघटित मारा' या पुस्तकात या तंत्राचे अतिशय विस्ताराने विवेचन केले आहे. सर्वश्री कॉरपाव्ह, कॅस्पाराव, यांसारख्या नामवंत बुद्धिबळपटूंच्या प्रत्यक्ष झालेल्या सामन्यातील डावातील उद्‌बोधक अशा पटावरील स्थितीत सुसंघटित माऱ्याची योजना दोन्ही खेळाडूंकडून कशी आखली जाते व सरतेशेवटी कोण निर्णायक विजय मिळवतो, याबद्दल सविस्तर चर्चा केली आहे.

या पुस्तकाच्या अभ्यासाने महाराष्ट्रातील, विशेषत: ग्रामीण भागातील खेळाडूंच्या बुद्धिबळ खेळाच्या ज्ञानामध्ये चांगली प्रगती होईल. राष्ट्रीय व आंतरराष्ट्रीय स्पर्धांमध्येही आपण यशस्वी होऊ, असा आत्मविश्वास त्यांच्यामध्ये निर्माण होईल आणि भारतात उगम पावलेल्या या बुद्धिबळ खेळामध्ये आंतरराष्ट्रीय क्षेत्रात भारतच आघाडीवर दिसावा, या स्वप्नपूर्तीसाठी महाराष्ट्रातील खेळाडूही मागे राहणार नाहीत, अशी खातरी आहे.

**गोविंद खरे**
सेक्रेटरी
सेंट्रल महाराष्ट्र चेस असोसिएशन, पुणे

# मनोगत

बुद्धिबळ खेळातील सर्वांत आकर्षक भाग म्हणजे 'सुसंघटित मारा' (कॉम्बिनेशन) हा होय. या सुसंघटित माऱ्याचे तंत्र, त्यामधील विविध सूत्रे यांचे प्रात्यक्षिक दाखविणारे, खेळाडूंना हवेहवेसे वाटणारे असे हे पुस्तक आहे.

'सुसंघटित मारा' (कॉम्बिनेशन) म्हणजे (पांढऱ्या किंवा काळ्या) विविध बुद्धिबळ दलांमध्ये योग्य सुसंवाद साधून, सुसंघटितपणे केलेली चढाईची योजनाबद्ध मोहीम होय की, जिच्यामुळे निर्णायक बिजिगीषू लाभ मिळवून अंती विजयश्री खेचून आणता येते, याची प्रत्यक्षात घडलेली बरीच ऐतिहासिक उदाहरणे देता येतील.

ज्याप्रमाणे पुराचे पाणी जमिनीचा उंचवटा टाळून सखल भागात घुसत जाते, त्याचप्रमाणे कुशल सेनापती शत्रूच्या शक्तिशाली भागाला टाळून त्याच्या कमजोर भागांकडे चाल करून तेथे हल्ला करतो. याबाबतीत शिवरायांनी केलेल्या कारवाया, मोहिमा खूप बोलक्या आहेत. उदाहरणार्थ,

कोल्हापूरजवळील रायबाग मैदानावर रणराज शिवरायांनी आपल्या दुपटीहून जास्ती असणाऱ्या आदिलशाही फौजेचा २८ डिसेंबर १६५९ला दणदणीत पराभव केला.

प्रत्येक कुशल सेनानी शत्रुसैन्याला आपल्या भौगोलिक दृष्टीने सोयीच्या असलेल्या रणक्षेत्रात खेचून आणण्याचा प्रयत्न करतो. शिवरायांनी वयाच्या केवळ अठराव्या वर्षी आपला बंदोबस्त करण्यासाठी खूप मोठे सैन्य घेऊन आलेल्या आदिलशाही सरदार फतेहखानाला अत्यंत कौशल्याने मैदानी मुलखातून पुरंदरवर खेचून आणले व त्याचा धुव्वा उडविला! तसेच, प्रचंड चतुरंग फौज घेऊन येणाऱ्या बुलंद अफजलखानालाही नाट्यमय वातावरण निर्माण करून आपल्या सोयीच्या अशा प्रतापगडाखालील जावळीच्या रणक्षेत्रात खेचून आणून त्याचाही दारुण पराभव केला होता.

या सर्व मोहिमा जिंकणारे शिवाजी राजे हे एक अजोड युद्धनेते होते. त्यांच्या युद्धतंत्राचे प्रमुख सूत्र म्हणजे युद्धयोजनेची सुसंबद्ध आखणी आणि त्यातील लवचीकपणा, रणभूमीचा सखोल अभ्यास आणि तिचा उपयोग, सैन्याच्या विविध भागांतील एकसूत्रीपणा, विविध सैन्यदलात परिणामकारक सुसंवाद साधण्यासाठी

विविध सैन्यदलांच्या वाढीव हालचालींची क्षमता, यामुळेच त्यांनी संख्याधिक्याने अधिक असणाऱ्या बुलंद शत्रूंवर सुसंघटित, सूत्रबद्ध, परिणामकारक मारा करून शत्रूला नेस्तनाबूद केले.

रणगाजी मुत्सद्दी शिवरायांचा, रणशार्दूल तानाजीचा, बाजीप्रभू देशपांडे यांचा, रणमर्द संताजी घोरपडे, धनाजी जाधवांचा, प्रतापी पहिल्या बाजीरावांचा 'गनिमी कावा' हे सुसंघटित माऱ्यातील अत्यंत प्रभावी अमोघ अस्त्र होते.

बुद्धिबळ खेळातील सुसंघटित माऱ्यांची प्रभावी षड्यंत्ररूपी अस्त्रे व त्यांचा परिणामकारक उपयोग व त्यातील मूलभूत सूत्रे यांची माहिती आकृतींसह भाग एक, दोन, तीनमध्ये विविध उदाहरणे देऊन समजावून सांगितली आहेत. सुसंघटित माऱ्यावरील स्थिती-समस्यांचे विश्लेषण खास अडतीस उदाहरणे प्रात्यक्षिकांसह दिली आहेत. शेवटच्या प्रकरणांत १ ते ६५ विविध स्थिती-समस्यांची उदाहरणे देऊन खेळाडूंच्या विचारांना योग्य चालना मिळावी, म्हणून सहायक सूचना देऊन शेवटी त्या-त्या समस्यांची उत्तरेही दिली आहेत. तसेच, प्रत्यक्ष खेळले गेलेले उद्बोधक डावही दिले आहेत आणि स्वाध्यायासाठी गृहपाठ देऊन प्रश्नोत्तररूपी उदाहरणेही दिली आहेत. यामुळे पटावरील इष्ट स्थितीचा सखोल अभ्यास कसा करावा, याची दिशा दाखवून, हवा तो परिणाम साधण्यासाठी योग्य सुसंघटित माऱ्याची निवड कशी करता येते, हे सारे सुरुवातीला दिलेली विविध सूत्रे आणि उदाहरणे अभ्यासून खेळाडूला ठरविता येईल व खेळाडूंच्या स्वकल्पनांना चालनाही मिळेल. तसेच नजरेने डावपेचांचे आडाखे बांधण्याची शक्ती वृद्धिंगत होऊन, प्रत्यक्ष पटावर खेळण्यात निश्चितच सुधारणा होईल, यात काही शंका नाही. ही बाब यापुढील भाग दोनमध्ये दिलेल्या विविध उदाहरणांमधून प्रत्ययास येईल.

'सुसंघटित मारा'चे शास्त्र शिकून त्याचे तंत्र आणि मंत्र आत्मसात करण्यासाठी त्यावरील 'स्थिती-समस्यां'चा अभ्यास डोळसपणे केल्यानंतर, डाव खेळताना, चढाईचे डावपेच टाकून केव्हा एकदा डाव जिंकू, असे हौशी खेळाडूंना साहजिकच वाटते. या पेचप्रसंगावरील प्रश्न सोडवताना खेळाडूंच्या मनोरचनेत सुधारणा होईल. त्याशिवाय त्याचा व तिचा खेळही सुधारेल.

बुद्धिबळाचे सदर (तेरा वर्षे) दर रविवारच्या 'तरुण भारत'मध्ये २४ डिसेंबर, १९७८ पासून प्रसिद्ध होत होते. 'तरुण भारत'मध्ये 'सुसंघटित मारा' व 'स्थिती-समस्या' आणि बुद्धिबळ खेळाचे चिकित्सक, जाणकार व बुद्धिबळ खेळाला उत्कृष्ट चालना देणारे वाचक हा आनंद डोळसपणे लुटत होते. बऱ्याच वाचकांच्या खास आग्रहास्तव 'सुसंघटित मारा' पुस्तकरूपाने प्रकाशित करीत आहोत. बुद्धिबळ खेळाचा डोळसपणे विकास करू इच्छिणाऱ्या खेळाडूला हे पुस्तक म्हणजे वरदानच ठरेल.

या पुस्तकाची प्रुफे काळजीपूर्वक तपासण्यास श्री. गोविंदराव खरे, सेक्रेटरी, सेंट्रल महाराष्ट्र चेस असोसिएशन यांनी जी अनमोल मदत केली; तसेच या पुस्तकावर प्रस्तावना लिहून दिली, त्याबद्दल मी त्यांचा अत्यंत ऋणी आहे.

या पुस्तकामधील बुद्धिबळाच्या खास आकृत्या संगणकाद्वारे तयार करून घालण्याचे क्लिष्ट काम श्री. अद्वैत परांजपे यांनी केले, त्याबद्दल मी त्यांचा आभारी आहे. संगणक संचाद्वारे या पुस्तकाचे अक्षरजुळणीच्या दृष्टीने अवघड असणारे काम श्री. मंगेश वाडेकर यांनी केले, त्याबद्दल मी त्यांचाही आभारी आहे.

सर्वश्री अनिल व सुनील मेहता पितापुत्रांनी ज्या तत्परतेने व सहानुभूतीने हे क्लिष्ट काम हाती घेऊन आम्हाला सर्वतोपरी प्रोत्साहन देऊन विधायक साहाय्य केले, त्याबद्दल मी त्यांचा अत्यंत आभारी आहे. मुद्रणाच्या दृष्टीने विषय किचकट असूनही 'मेहता पब्लिशिंग हाऊस'मधील सर्वांनी सहकार्य दिल्याबद्दल मी या सर्वांचा आभारी आहे.

बुद्धिबळ खेळावरील सदर नियमितपणे छापून हा बौद्धिक खेळ खेडोपाडी पसरविण्याचे कार्य केल्याबद्दल 'सकाळ' व 'तरुण भारत' या वृत्तपत्रांचा मी अत्यंत ऋणी आहे.

पुस्तक छापण्याविषयी आग्रह करणाऱ्या बुद्धिबळप्रेमी वाचकांचे मी मन:पूर्वक आभार मानतो.

या पुस्तकात काही दोष आढळल्यास विद्वानांनी लेखकाच्या निदर्शनास आणावेत, ही विनंती.

श्री गजाननाच्या कृपेने मी थोडेबहुत लेखन करू शकतो. या विषयावर आणखी काही पुस्तके लिहिण्याचा मानस आहे; तोही गजाननाच्या कृपेने मी पार पाडू शकेन, अशी उमेद बाळगतो.

**द्वितीय आवृतीच्या निमित्ताने**

'सुसंघटित मारा'ची केवळ चार वर्षांत द्वितीय आवृत्ती काढण्याचा योग येणे, याचा अर्थ बुद्धिबळ खेळातील सर्वांत आकर्षक (व तितकाच अवघड) भाग म्हणजे 'सुसंघटित मारा' (कॉम्बिनेशन) हा होय. हे पुस्तक बुद्धिबळ खेळाच्या अभ्यासू बुद्धिबळप्रेमींना मार्गदर्शक प्रशिक्षकच वाटते.

ही द्वितीय आवृत्ती निर्दोष व अद्ययावत केली आहे.

श्री. सुनील मेहता यांनी ज्या तत्परतेने व सहानुभूतीने हे क्लिष्ट काम हाती घेतले व नवीन सुधारीत आवृत्ती काढण्यासाठी आम्हाला सर्वतोपरी प्रोत्साहन देऊन विधायक साहाय्य केले, त्याबद्दल मी त्यांचा अत्यंत आभारी आहे.

**ना. रा. वडनप**

# अनुक्रमणिका

# १. बैजिक खेळी लेखन आणि वाचन

बुद्धिबळ खेळी लेखन करताना जे बुद्धिबळ दल हलविले आहे, त्याचे संक्षिप्त नाव प्रथम लिहून त्याच्यापुढे छोटी आडवी रेघ देतात. ही रेघ देणे ऐच्छिक आहे. (हल्ली ही छोटी रेघ गाळतात) पुढे हे बुद्धिबळ ज्या घरात हलविले आहे, त्या घराचे नाव लिहितात.

डाव सुरुवातीच्या स्थितीतून पुढीलप्रमाणे सुरुवातीच्या चाली केल्या आहेत.

१) पांढऱ्याने त्याच्या राजापुढील प्यादे दोन घरे पुढे चालविले आहे, काळाही तशीच उत्तरादाखल चाल करतो.

२) पांढरा त्याचा 'रा' घोडा रा उं प्याद्यापुढील घरात चालवतो. काळाही त्याचा 'व' घोडा तसाच पुढे आणतो.

अशा तऱ्हेने पांढऱ्याने आणि काळ्याने प्रत्येकी ७-७ खेळ्या केल्या; त्या नंतरची स्थिती आकृती एकमध्ये दाखविली आहे, ती पहा.

उपर्निर्दिष्ट 'सात' चालीचे बैजिक पद्धती (बै. प.) मध्ये 'खेळी लेखन' पुढीलप्रमाणे होईल.

**खेळी क्र.**

| **पांढरी** | **काळी** |
|---|---|
| **१) ई ४,** | **ई ५;** |
| **२) घो एफ ३,** | **घो सी ६;** |
| **३) उं सी ४,** | **उं सी ५;** |
| **४) डी ४,** | **ई × डी ४** (म्हणजे काळ्या 'रा' प्याद्याने पांढरे 'व' प्यादे मारले. ('×' ही मारल्याची खूण आहे.) |
| **५) ० - ०,** | **घो एफ ६;** |
| **६) ई ५,** | **डी ५;** |
| **७) ई × डी ६, (वा. मा.)** | **उं × डी ६** (म्हणजे 'डी ६' मध्ये आलेल्या पांढऱ्या प्याद्याला मारून उंट डी ६ मध्ये आला आहे.) |

वा. मा. म्हणजे वाटमारीने प्यादे मारले. या चालीनंतर येणारी स्थिती आकृती एकमध्ये दाखविली आहे.

ए बी सी डी ई एफ जी एच

**आकृती क्र. : १**

आकृती एकमधील बुद्धिबळांची स्थिती बैजिक पद्धतीमध्ये पुढीलप्रमाणे लिहितात :

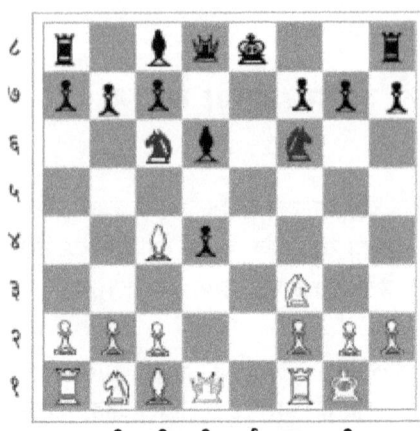

**पांढरी बुद्धिबळ दले :** रा जी १, व डी १, ह ए १, ह एफ १, उं सी १, उं सी ४, घो बी १, घो एफ ३, आणि प्यादी - ए २, बी २, सी २, एफ २, जी २, एच २.

**काळी बुद्धिबळ दले :** रा ई ८, व डी ८, ह ए ८, ह एच ८, उं सी ८, उं डी ६ घो सी ६, घो एफ ६, आणि प्यादी - ए ७, बी ७, सी ७, डी ४, एफ ७, जी ७, एच ७.

बैजिक पद्धतीमध्ये प्याद्याची खेळी लिहिताना 'प्या' हे संक्षिप्त अक्षर; तसेच 'व' आणि 'रा' ही अद्याक्षरेही गाळतात.

या पद्धतीमध्ये खेळी लिहिताना पुढे दाखविल्याप्रमाणे 'चिन्हे' वापरतात.

०-० राजाच्या बाजूचा किल्लेकोट.

०-०-० वजिराच्या बाजूचा किल्लेकोट.

- कडे हलविले.

':' किंवा '×' ला मारले.

वा. मा. – वाटमारीने प्यादे मारले.

दु. शह-दुहेरी शह. आणि काटशह.

या पद्धतीत शहासाठी + हे चिन्ह, दुहेरी शहसाठी + + हे चिन्ह किंवा 'शह' असे स्पष्ट लिहितात.

आणि मातसाठी ‡ किंवा हे ≠ ही चिन्हे वापरतात किंवा 'मात' असे स्पष्ट लिहितात.

! चांगली खेळी

!! अत्युत्तम खेळी

? वाईट खेळी

?? अतिवाईट खेळी (घोडचूक)

/ = व वजीरप्राप्तीची बढती

± पांढऱ्याला निर्णायक वर्चस्व

काळ्याला निर्णायक वर्चस्व

वरील सात चालींचे खेळी लेखन पुढीलप्रमाणेही करतात. **उदा. १ ई ४, ई ५; २ घो एफ ३, घो सी ६; ३ उं सी ४, उं सी ५; ४ डी ४, ई × डी ४; ५ ०-०, घो एफ ६; ६ ई ५, डी ५; ७ ई × डी ६ (वा.मा.), उं × डी ६;**

काळ्याच्या चौथ्या खेळीवर टीप देताना प्रथम पांढऱ्याच्या खेळीसाठी..., अशी तीन टिंबे नंतर स्वल्पविराम देऊन मग खेळी व टीप लिहितात. उदा. ४..., ई × डी ४ (म्हणजे काळ्या 'रा' प्याद्याने पांढरे 'व' प्यादे मारले - '×' ही मारल्याची खूण आहे.)

स्पष्ट खेळी लेखन करावे लागते; उदा. (आकृती एकमध्ये) पांढऱ्याची ८ वी खेळी लिहिताना नुसते ८ घो डी २, ..., असे लिहिले, तर एफ ३ चा घोडा की बी १ चा घोडा डी २ मध्ये गेला याचा स्पष्ट बोध होत नाही. समजा येथे एफ ३ मधील घोडा डी २ मध्ये हलवला असला, तर मग ८ घो (एफ) डी २, ..., असे स्पष्ट लिहिले असता घोटाळा होत नाही.

या पुस्तकामधील सुसंघटित मारा, स्थिती समस्या यांचा अभ्यास करताना त्यामध्ये दाखविलेल्या आकृत्यांप्रमाणे ची स्थिती प्रत्यक्ष पटावर मांडून त्याचे तंत्र आत्मसात करावे. तसेच प्रकरण दोनमध्ये काही खास डाव दिले आहेत. त्यामध्ये मुख्य खेळ्या व नंतर कंसामध्ये त्यावरील पर्यायी चाली-टीपासह दिलेल्या आहेत. त्यांचा अभ्यास करण्यासाठी शक्यतो दोन बुद्धिबळांचे संच घ्यावेत. पहिल्या संचाद्वारे डावातील मुख्य खेळ्या केल्यानंतरची जी स्थिती येते त्याप्रमाणेची स्थिती दुसऱ्या पटावरती प्रत्यक्ष मांडून, पर्यायी चाली, टिपा-सूचनांचा अभ्यास करावा आणि या पुस्तकातील बुद्धिबळ खेळाचा आनंद डोळसपणे लुटावा.

'सुसंघटित मारा' करून डाव कसा जिंकता येतो याचे एक प्रत्यक्ष उदाहरण पुढील प्रकरणात सुरुवातीला दिले आहे, ते पाहून पुढे 'सुसंघटित मारा'' (कॉम्बिनेशन) विषयीची माहिती दिली आहे.

## २. प्रज्ञादीपक पारितोषिकाचा डाव

बेल्जियममधील, लेज येथे आंतरराष्ट्रीय खुली बुद्धिबळ स्पर्धा झाली. या स्पर्धेत **बॉयकीन्सने** प्रज्ञादीपक डावाचे खास पारितोषिक मिळविले. तो उद्बोधक डाव पुढे सटीप दिला आहे.

### उद्बोधक डाव क्र. १

(पांढरी) **बॉयकीन्स :** (काळी) **मॅस्टनब्रोक १ घो एफ ३, डी ५; २ डी ४, उं जी ४; ३ घो ई ५, उं एफ ५; ४ सी ४, एफ ६; ५ व ए ४ शह, सी ६; घो एफ ३, ई ६; ७ सी × डी ५, ई × डी ५** (काळ्याने एफ ६मध्ये आधीच प्यादे चालविल्याने, त्याला 'बुडत्याचा पाय खोलात' या उक्तीची प्रचिती पुढे येईलच!) **८ उं एफ ४, घो डी ७ ९ घो बी डी २, जी ५** (आता जी ५ मध्ये प्यादे चालवून, एफ ६ मध्ये प्यादे हलविण्याच्या चुकीची भरपाई का भरून निघणार आहे?) **१० उं जी ३, एच ५; ११ एच ३, घो एच ६; १२ ०-०-०!** (पांढर्‍याचे हे हिकमती चातुर्य आहे. त्याला संभाव्य ई २-ई ४ ची चाल करावयाची आहे.)

**१२... एच ४ १३ उं एच २, सी ५! १४ डी × सी ५, उं × सी ५, १५, ई ४!** **डी × ई ४; १६ घो × ई ४ ह सी ८; १७ उं बी ५** या चालीनंतरची स्थिती पुढील आकृतीत दाखविली आहे ती पहा.

या आकृतीमधून स्पष्टपणे दिसून येते की, दोघांकडे जरी समान बुद्धिबळ दले असली तरीही काळ्याच्या निरनिराळ्या बुद्धिबळ

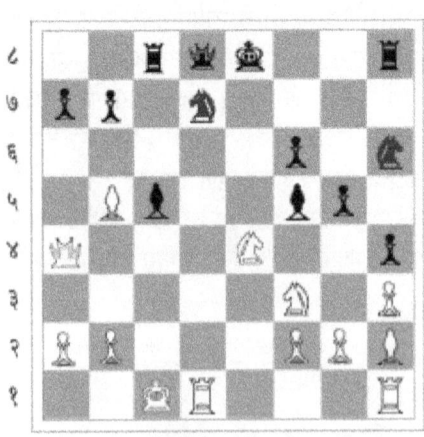

आकृती क्र. : २

दलांमध्ये परिणामकारक सुसंवाद दिसून येत नाही. त्यांच्यातील विस्कळीतपणा मात्र दिसतो; परंतु त्याने मोकळ्या सी पट्टीवर हत्ती सी ८ मध्ये नेऊन सी ५ चा उंट हलवून काटशह देण्याचा घाट घातला आहे खरा, परंतु काळ्याच्या या फुसक्या दमाला भीक न घालता पांढऱ्याने १७ उं बी ५! मध्ये नेऊन (अ) ए ४-ई ८ या कर्णावरून वजीर अधिक उंटाच्या दुहेरी माऱ्यात डी ७ च्या घोड्यास राजासाठी ईरेस पकडला आहे. तसेच (ब) मोकळ्या डी पट्टीवरील डी १च्या पांढऱ्या हत्तीने डी ७ च्याच घोड्याला 'वजिरासाठी ईरेस' पकडला आहे. आणि पांढऱ्या निरनिराळ्या बुद्धिबळ दलांच्या सुलभ हालचालींची वाढीव क्षमता काळ्याच्या तुलनेने जास्ती असून, तो स्थितीवाचक वर्चस्व मिळवू शकतो, याची प्रचिती लवकरच दिसून येईल.

**१७..., ह एच ७** (येथे जर १७... उं डी ४ काटशह मग १८ रा बी १, उं × ई ४ शह; १९ रा ए १, उं × एफ ३; २० उं × डी ७ शह व × डी ७; २१ ह एच ई १ शह) **१८ ह डी ५! उं बी ४ काटशह** (जर १८..., उं डी ४ मग १९ रा डी १! उं ई ४; २० ह एच ई १!)

**१९ रा डी, १ उं × ई ४, २० ह ई १, उं × एफ २** (येथे जर २०... ह ई ७ मग २१ ह × ई ४, ह × ई ४, २२ ह × डी ७) **२१ व × ई ४ शह, व ई ७** (येथे जर २१... रा एफ ८ मग २२ व × एच ७ किंवा जर २१..., ह ई ७ मग २२ व जी ६ शह, रा एफ ८ २३ व × एच ६ शहने पांढरा जिंकतो.) (येथे २२..., घो एफ ७? नको मग २३ व जी ८ मात किंवा जर २२... ह एफ ७ मग २३ ह × डी ७)

**२२ उं × डी ७ शह, रा एफ ८** (येथे २२... रा एफ ७? नको मग २३ व × एच ७ शह)

**२३ उं डी ६** (ने पांढऱ्या उंटाने काळ्या वजिराला राजासाठी ईरेस पकडले आहे.)

**रा जी ८ ची खेळी करून काळा राजीनामा देतो.**

या डावात पांढऱ्याने सुरुवातीपासूनचा पुढावा वाढवीत असतानाच वरील आकृतीमध्ये दर्शविल्याप्रमाणे बॉयकीन्सने वर (अ) आणि (ब) मध्ये उल्लेख केल्याप्रमाणे डी ७ च्या काळ्या घोड्यास दुहेरी ईरेच्या कराल कातरीत पकडून काळ्यावर प्रचंड दबाव आणून, पांढरा आपल्या निरनिराळ्या बुद्धिबळ दलांमध्ये परिणामकारक सुसंवाद साधून त्याचवेळी त्यांना सुलभ हालचालींची (काळ्याच्या तुलनेने) वाढीव क्षमता देत असतानाच काळ्या बुद्धिबळ दलांच्या हालचालींवर बंधने घालून निर्घृण 'सुसंघटित मारा' करून काळ्याला सक्तीने राजीनामा देण्यास भाग पाडतो. यातून बॉयकीन्सचे आपल्या निरनिराळ्या बुद्धिबळ दलांमध्ये दूरगामी परिणामकारक सुसंवाद साधण्याचे खास कौशल्य तसेच निर्णायक निर्घृण 'सुसंघटित

मारा' करण्याचे त्याचे प्रज्ञादीपक चातुर्य वाखाणण्यासारखे आहे. म्हणूनच असा हा 'सुसंघटित मारा' म्हणजे काय, याची माहिती पुढे दिली आहे.

## सुसंघटित मारा (कॉम्बिनेशन)

'सुसंघटित मारा' म्हणजे (पांढऱ्या किंवा काळ्या) विविध बुद्धिबळ दलांमध्ये योग्य सुसंवाद साधून, सुसंघटितपणे केलेली चढाईची योजना होय. डाव खेळत असताना, पटावर एखादी अशी विशिष्ट स्थिती (उदा. वरील डावामध्ये आकृतीत दाखविलेल्या स्थितीप्रमाणे) उद्‌भवते की, तिचे योग्य रीतीने विश्लेषण केले असता, त्यातून हिकमती डावपेच लढवून, विविध बुद्धिबळ दलांमध्ये परिणामकारक सुसंवाद साधून 'सुसंघटित मारा' करता येईल की नाही ते अजमावून पाहता येते. बऱ्याच खेळाडूंना अशा स्थितीवाचक समस्या सोडविण्याची भली दांडगी हौस असते; परंतु समयोचित हुकमी चाली आणि सुयोग्य हिकमत न सुचल्याने बऱ्याच वेळा निराश व्हावे लागते. तेव्हा त्यावर मार्गदर्शनपर लिहिण्याविषयी बऱ्याच मित्रांनी आग्रह केला म्हणून 'सुसंघटित माऱ्याची' मूलभूत सूत्रे थोडक्यात सांगून त्यांचा उपयोग खास स्थितीतील समस्यांचे पृथःकरण करून समयोचित डावपेचांची सांगड कशी घालावी याची माहिती क्रमशः देणार आहे.

सुसंघटित माऱ्याची मूलभूत सूत्रे म्हणजे बुद्धिबळ खेळातील वस्तुनिदर्शक बाबीच होत की, जी बहुतेक बलिष्ठ खेळाडूंना इतकी सुपरिचित असतात की ती (इष्ट) स्थिती पाहताच या बाबी त्यांना सहजगत्या सुचतात आणि मग निरनिराळ्या बुद्धिबळ दलांचे परिणामकारक संयोजन करून, 'सुसंघटित मारा' केव्हा आणि कसा करता येईल हे ते सहजपणे जाणू शकतात, तेव्हा प्रत्यक्ष डाव खेळताना उद्‌भवणाऱ्या स्थितीतून, हवा तसा सुसंघटित मारा प्रत्यक्षात कसा करता येईल, यासाठी खेळाडू मार्ग शोधू लागतात. असे मार्ग शोधीत असताना, त्या त्या विशिष्ट स्थितीतील बरीच लक्षणे आणि दडलेल्या निरनिराळ्या छुप्या छटा दृगोचर होतात. त्याचा अस्सलपणा आणि त्यातीतल नावीन्य धान्यात येते, तसेच त्यातील कठीणपणाही अनुभवास येतो.

किंवा 'सुसंघटित मारा' म्हणजे वस्तुनिष्ठ किंवा स्थितीवाचक लाभ मिळविण्यासाठी (किंवा कधी कधी) गैरसोय वा हानी टाळण्यासाठी योजलेल्या छोट्या छोट्या डावपेचांच्या मोहिमा होत. यामध्ये धाक असतो, दडपणांचा ससेमिरा असतो की, ज्यामुळे प्रतिस्पर्ध्याच्या चाली निवडीवर मर्यादा पडतात, बंधने येतात आणि मग अशा विविध बुद्धिबळ दलांचा काटेकोरपणे होणारा दृश्य परिणाम प्रत्यक्ष पडताळून पाहता येतो. या मोहिमेत १ ते १० किंवा जास्ती चाली असू शकतात, तरीही सर्वसाधारणपणे ४-५ चालींमध्ये त्याचा प्रत्यय येऊ शकतो.

सुसंघटित माऱ्यातून पुढीलप्रमाणे फायदे लाभ मिळतात.

१) डावामध्ये सर्वसाधारण सुधारणा.

२) वस्तुनिष्ठ लाभ किंवा मारा जारी करण्यासाठी पुढे दिल्याप्रमाणे खास हुकमी अस्त्रे असतात.

३) मात.

**सुसंघटित मारा**

१) द्विघाती हल्ला - (फोर्क)

२) रेषाघात - (स्क्यूअर)

३) ईर - (पिन)

४) छुपे हल्ले - गनिमी कावा (डिस्कव्हरी)

५) मोक्याच्या घरांवरील हल्ले (अटॅक्स ऑन स्क्वेअर्स)

उपर्निर्दिष्ट प्रत्येक अस्त्रांच्या हल्ल्यांच्या प्रकारात दुहेरी हल्ला चढविण्याची खास वैशिष्ट्ये असतात, ती आकृतीद्वारा समजावून देण्यात येतील.

**(उद्‌बोधक डाव क्र. २)**

**पांढरी** ग्रॅ. मा. व्हिक्टर कॉर्चनॉय (वय ५६, यलो रेटिंग २६६५) **(काळी)** ग्रॅ. मा. बोरीस स्पास्की (वय ५५ यलो रेटिंग २६८०) (हा डाव लेनिग्राड येथे १९४८ मध्ये झाला.)

सुरुवात सिसिलियन बचावाने १ ई ४, सी ५ २ घो एफ ३, डी ६, ३ डी ४, सी × डी ४ ४ घो × डी ४, घो एफ ६, ५ घो सी ३ जी ६ एफ ४, ६ उं जी ४?! (येथे सरस चाल म्हणजे ६... घो सी ६! आहे; परंतु.... उं जी ७ किंवा... घो बी डी ७ किंवा... व बी ६ या पर्यायी चाली खेळता येतात)

७ उं बी ५ शह येथे जर ७ व डी३, घो सी६, ८ उं ई३, उं जी७ ९ एच३, उं डी७ १० उं ई२ ने पांढऱ्याला थोडासा लाभ (शेरविन वि. डी बायरन यांच्या १९५५ च्या डावाप्रमाणे) मिळू शकतो.

७... घो बी डी ७ ८ उं × डी ७ शह व × डी ७ ९ व डी ३, ई ५ १० घो एफ ३, उं × एफ ३ ११ व × एफ ३ व जी ४ ?? १२ घो डी ५ काळा राजीनामा देतो (कारण जर १२... व × एफ ३ मग १३ घो × एफ ६ शह, रा ई ७; १४ घो डी ५ +; रा हलतो; १५ जी × एफ ३ या चालीनंतर उद्‌भवणारी स्थिती उद्‌बोधक अभ्यसनीय आहे.)

या डावातील काळ्याच्या अकाली आक्रमक... उं जी ४, व जी ४ या

घोडचुकीच्या चालींना, समयोचित आक्रमक शहदायी चालींनी पांढरा एफ ६ चा बिनजोर काळा घोडा गारद करतो. या लढतीत केवळ १२ चालींत, प्रतिस्पर्ध्यांना सतत दडपणाखाली ठेवून, आक्रमक सुसंघटित मारा करून, निर्णायक वर्चस्व स्थापून स्पास्कीला सक्तीने राजीनामा देण्यास भाग पाडणाऱ्या अनुभवी कॉर्चनॉयचे हिकमती चातुर्य वाखाणण्यासारखे आहे.

# ३. विशिष्ट चाली प्रणाली व हिकमती डावपेच

बुद्धिबळाचा डाव खेळत असताना काही खास चालींना/विशिष्ट चाली प्रणालींना / हिकमती डावपेचांना, विशिष्ट 'संज्ञा' योजतात. उदा.

**१) भेदबदल :** (व्हेरिएशन) म्हणजे तर्कसुसंगत एकमेकांमध्ये गुंतलेली चाली प्रणाली.

**२) सक्ती करणे :** (टू फोर्स)

**३) सक्तीने लादलेल्या** (फोर्सड) म्हणजे बळजबरीने चाली करावयास भाग पाडणे, (उदा. उद्‌बोधक डाव क्र. १ मधील चाली क्र. २०, २१ वगैरे (या चालींवरील टीपा पहा.)

**४) सक्तीचा भेदबदल** (फोर्सड व्हॅरिएशन) ही संज्ञा सक्तीने लादलेल्या अशा चाली प्रणालींसाठी वापरतात की, अशा प्रकाराचा सक्तीचा भेद-बदल जेव्हा डावात खेळणे भाग पडते, तेव्हा पांढऱ्याला किंवा काळ्याला हा (सक्तीचा भेद- बदल) केव्हाही टाळता येत नाही. कारण या व्यतिरिक्त दुसरी कोणतीही चाल केल्यास त्याची परिणती डाव हरण्यास किंवा स्थिती अतिशय निष्कृष्टपणे खालावण्यात होते.

**५) सुसंघटित मारा : (कॉम्बिनेशन)** म्हणजे सक्तीने लादलेला खास प्रकारचा (हिकमती) भेदबदल होय. जो खेळाडू सुसंघटित मारा करतो त्याला डावामध्ये हमखास लाभ मिळतोच. तो विरोधी बुद्धिबळ दलाला (दलांना-फुकटात) मारून हमखास वस्तुनिष्ठ लाभ मिळवतो किंवा त्यांच्या डावातील स्थितीवाचक, (पोझिशनल) सुधारणा करू शकतो किंवा सक्तीने बरोबरी लादू शकतो किंवा सक्तीने मात करतो.

## भाग एक
## सुसंघटित मारा (कॉम्बिनेशन)

सुसंघटित मारा करून वस्तुनिष्ठ लाभ मिळविण्याचा सर्वांत सोपा धोपट मार्ग म्हणजे नजरचुकीने बिनजोर असणाऱ्या गहाळ बुद्धिबळ दलाला गारद करणे. अशी

चालून आलेली क्षुद्र संधी दुर्लक्षली जाते. याहून दुसरा मूलभूत प्रकार म्हणजे **'दुहेरी हल्ला'** होय. पांढऱ्याने एकाच वेळी दोन काळ्या बुद्धिबळ दलांवर चढवलेला हल्ला होय. काळ्याने त्यातले एक बुद्धिबळ दल हलविल्यास अथवा एकाला जोर केल्यास पांढरा दुसरे बुद्धिबळ दल फुकटात मारतो.

**दुहेरी हल्ला :** पुढील पाच निरनिराळ्या प्रकारांनी करता येतो.

१) द्विघाती हल्ला

२) रेषाघात

३) ईर

४) छुपे हल्ले (गनिमी कावा)

५) मोक्याच्या घरांवरील हल्ले (याचा उल्लेख पान क्र. २० वर केला आहे.)

**१) द्विघाती हल्ला - द्विघात (फोर्क)**

द्विघात अर्थात द्विघाती हल्ला म्हणजे सरळ दृगोचर होणारा दुहेरी हल्लाच होय. याच्या चार छटा पुढे दिलेल्या आकृती क्र. तीनमधील अ, ब, क, ड या विभागांत दाखविल्या आहेत.

आ. क्र. तीन (अ) यामध्ये घोड्याने एकाच वेळी राजावर शहमारा करून वजिरांवर प्राणघातक हल्ला चढविला आहे. बहुधा घोडा हा (डावाच्या शेवटच्या अवस्थेत) परिणामकारी द्विघाती हल्ला चढविण्याचे निर्घृण हुकमी अस्त्र आहे. त्याची पुढील तीन कारणे आहेत.

१) घोडा असे एकमेव मोहरे आहे की, जे स्वत:वर हल्ला न होऊ देता (अर्थात विरोधी घोड्याखेरीज) दुसऱ्या सर्व विरोधी बुद्धिबळ दलांवर सहजगत्या हल्ला चढवू शकतो.

२) मातब्बर वजीर किंवा हत्तीपेक्षा घोडा हे मोहरे लहान दर्जाचे आहे, तेव्हा घोडा जेव्हा राजा, वजीर वा हत्तीवर द्विघाती हल्ला चढवितो, तेव्हा वस्तुनिष्ठ लाभ मिळवून देऊ शकतो. कारण या द्विघाती हल्ल्यात सापडलेल्या मोठ्या मोहऱ्यांना जोर असला तरीही छोट्या घोड्याचे बलिदान देऊन निश्चित लाभ मिळतोच.

३) घोडा अखूड पल्ल्याचा असल्याने खेळाडू त्याला शक्यतो आघाडीवर मोर्चा बांधून ठेवण्याची कोशिश करतो. तेव्हा तो विरोधी बुद्धिबळ दलावर सहज मारा करू शकतो. तसेच त्याच्या उड्डाण चालींच्या वरदानामुळे त्याच्या या चालीला अडथळा येत नाही.

आ. क्र. तीन (ब) यामध्ये प्याद्याने द्विघाती हल्ला चढविला आहे. प्याद्याची शक्ती त्यांच्या दुबळेपणामुळे उठून दिसते. कारण प्याद्यांच्या द्विघाती हल्ल्यात सापडलेल्या विरोधी बुद्धिबळ दलांना जोर असो वा नसो; त्यातून हमखास फायदा

मिळतोच. त्याची चाल मर्यादित असल्याने त्याच्या द्विघाती हल्ला करण्यावरही मर्यादा येतात. त्यातून हमखास फायदा मिळतोच. त्याची चाल मर्यादित असल्याने त्याच्या द्विघाती हल्ला करण्यावरही मर्यादा येतात. आ. क्र. तीन (क) आणि (ड) मध्ये प्याद्याहून श्रेष्ठ असणारे वजिराचे सामर्थ्य (क) मध्ये दिसते, तर (ड) मध्ये त्याचा दुबळेपणा दिसतो. छोट्या प्याद्याचा जोर उंटाला आणि हत्तीलाही असल्याने,

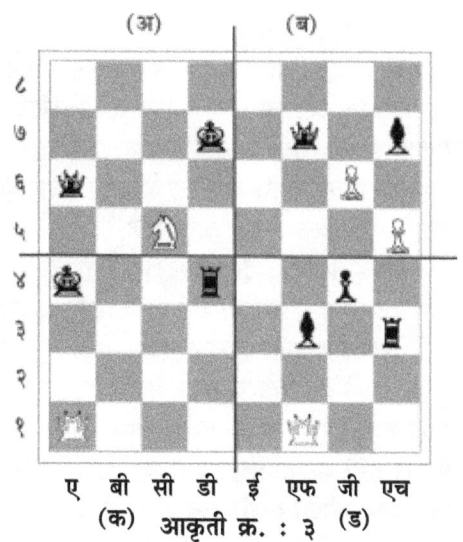

(क)
(ड)


आकृती क्र. : ३

वजीर द्विघाती हल्ला करूनही त्यापैकी एकालाही मारू शकत नाही. वजिराच्या महान शक्तीने द्विघाती हल्ला करणे सोपे असते. त्यांचा प्रत्यक्षात उपयोग फक्त बिनजोर बुद्धिबळ दलांवरच होतो; परंतु जोर करणे ही बाब राजाला नसते. तेव्हा सर्वांत परिणामकारक वजिराचा द्विघाती हल्ला म्हणजे राजावर शहमारा करून बिनजोर दल - (क) मध्ये दाखविल्याप्रमाणे गारद करणे हे होय; परंतु (ड) मध्ये दाखविल्याप्रमाणे वजिराचा द्विघाती हल्ला हा कुचकामी ठरतो. डाव जसजसा प्रगत होत जातो, तसतशी वजिराच्या हलचालींची क्षमताही वाढत जाते. मग अशा वाढीव क्षमतेने त्याच्या द्विघाती हल्ल्याचे मूल्य हळूहळू वाढत जाते.

उंट आणि हत्तीच्या द्विघाती हल्ल्यांमध्ये उल्लेख करण्याजोगे असे वेगळे भेददर्शक खास गुणधर्म नाहीत.

**२) रेषाघात (स्क्यूअर)** - द्विघाती हल्ल्यात एकाचवेळी दोन विरोधी बुद्धिबळ दलांवर हल्ला चढविला जातो, तर रेषाघातात त्यांच्यावर क्रमवार हल्ला होत असतो. रेषाघात म्हणजे उभ्या पट्टीतून, आडव्या रांकेतून किंवा कर्णातून चढविलेला हल्ला होय, की ज्यामध्ये मूल्यवान मोहऱ्याला धाक देता, ते हलविणे भाग पडते. ते जेव्हा (त्या रेषेबाहेर ) हलते, तेव्हा त्याच्या मागे त्याच्याच बाजूचे असलेले दुसरे मोहरे उघडे पडते आणि मग ते मारता येते. पुढे दिलेल्या आकृती क्र. चारमध्ये रेषाघाताचे प्रकार दाखविले आहेत.

आ. क्र. चार (अ) आणि (ब) मधील रेषाघातांमध्ये हल्ल्यात सापडलेले

मूल्यवान मोहरे हलविणे भाग पडते, तेव्हा त्यामागे असणारे मोहरे (तुलनेने) मोठे असल्याने त्याला जोर असो वा नसो त्याला मारणे हा केव्हाही किफायतशीर सौदा ठरतो; परंतु आ. चार (क) मध्ये दाखविल्याप्रमाणे जेव्हा शक्तिशाली वजीर रेषाघात करतो, तेव्हा द्विघाती हल्ल्यात सांगितलेल्या सूत्राप्रमाणे बिनजोर (गहाळ) मोहऱ्याच्या बाबतीतच वजिराचा रेषाघात फलदायी ठरतो. रेषाघात हे हत्ती किंवा उंटाचे स्वाभाविक प्रभावी अस्त्र आहे.

३) ईर (पिन) : ईर प्रथमदर्शनी रेषाघातसदृश जवळजवळ आहे. ईर मध्येही स्तंभ (उभी पट्टी) आडवी रांग वा कर्णातून क्रमश: हल्ला चढविला जातो; पंरतु कमी मूल्यवान दल तत्काळ बळी पडते. वर दाखविलेल्या आकृती चारमध्ये पुढीलप्रमाणे बदल केल्यास ईर प्रत्यक्षपणे दाखविता येते. **उदा. आ. चार (अ) मध्ये काळा राजा ए ८ वजीर बी ८ मध्ये व पांढरा उंट ए ५ मध्ये असता पांढरा हत्ती डी ८ मधून उंटाच्या जोरात काळ्या वजिराला ईरेस पकडतो. (ब) मध्ये काळा वजीर एच ८ मध्ये आणि काळा हत्ती जी ७ मध्ये असता पांढरा एफ ६ मधला उंट काळ्या हत्तीला ईरेस पकडतो आणि आ. चार (क)** मध्ये पांढरा राजा एच १ मध्ये आणि पांढरा उंट ई १ मध्ये असता ए १ मधला काळा वजीर उंटाला ईरेस पकडतो. अशा प्रकारे तीन रेषाघातांऐवजी तीन ईरेचे प्रकार आपण पाहिले आहेत.

**३) ईर (पिन) :** आकृती क्र. चारमधील तीन 'रेषाघात' प्रकारांचे तीन ईरच्या प्रकारात रूपांतर कसे करता येते ते पाहिले. या वरवर दिसणाऱ्या साम्यातच तार्किक वैचित्र्य दडलेले असते. काही झाले तरी रेषाघात वा द्विघात याहून 'ईर'ची भूमिका ही अगदी वेगळी आणि सत्यासत्य भासाविणारी आहे. द्विघाताप्रमाणेच रेषाघाताचा परिणाम तत्काळ दिसतो. कारण, हल्ल्यामध्ये सापडलेले मोहरे, हे त्या मागे असणाऱ्या मोहऱ्याहून जास्ती मूल्यवान असल्याने ते तत्काळ हलविणे भाग पडते; परंतु ईरच्या बाबतीत मात्र हल्ल्यामध्ये सापडलेले मोहरे कदापि आणि काहीही

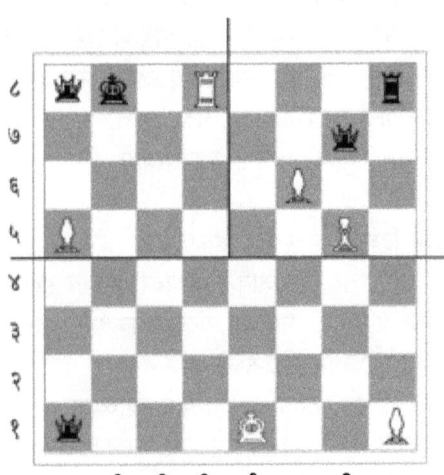

ए बी सी डी ई एफ जी एच


**आकृती क्र. : ४**

झाले तरी हलू शकत नाही. मग ईरची स्थिती बराच काळ राहू शकते. तेव्हा 'ईर' ही डावातील व्यूह (स्ट्रॅटेजी) उद्दिष्टाचा भाग असू शकतो. उदा. **उद्‌बोधक डाव क्र. १ मधील आकृती क्र. दोन पहा. पुढे आकृती क्र. पाच आणि सहामध्ये ईरचे तीन प्रकार दाखविले आहेत.** त्यातील सूक्ष्म भेद दर्शविणे महत्त्वाचे आहे. आकृती क्र. पाच (अ) पहा : यामधील ईर परिपूर्ण आहे. यामध्ये ईरीस धरलेले बुद्धिबळ दल येथे घोडा - हलू शकत नाही. या ईरीस धरले गेलेल्या घोड्याची सुटका, काळा जर करू शकला नाही,तर मग पांढरा तो घोडा मारू शकतो.

उदा. प्यादे डी ५, मध्ये सारून पांढरा निर्विवादपणे वस्तुनिष्ट लाभ मिळवू शकतो.

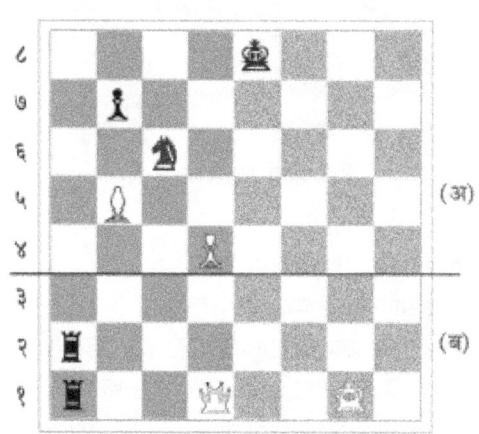

आकृती क्र. पाच (ब) मधील ईर ही परिपूर्ण आहे. पांढऱ्या राजापुढे पांढरा वजीर एकाच रांगेत असल्याने त्याच रांगेत असणारा काळा हत्ती वजिराला ईरीस पकडतो. यामध्ये पांढरा वजीर, पांढरा राजा आणि काळा हत्ती यामध्ये राहणे आवश्यक असते; परंतु वजीर ईरच्या म्हणजे ईरीत पकडणाऱ्या मोहऱ्याच्या मार्गाने हलू शकतो आणि अशा प्रकारच्या ईरच्या मूल्याची आणि शक्यतेची जाणीव खेळाडूंना होत नाही. कारण ईरीस धरलेल्या मोहऱ्यालाही हालचालींची मुभा असते. (याचे भान खेळाडूला कधी कधी राहत नाही) परंतु आकृती पाच (ब) मधील ईरीची बाब मात्र खेळाडू जाणतो. कारण यामध्ये वजिराचे हत्तीहून जास्ती असणाऱ्या मूल्यांमुळे; परंतु या आकृती पाच (ब) मध्ये वजिराऐवजी जर तेथे पांढरा हत्ती असता तर मग त्याला ईरमध्ये (म्हणजे हत्तीने हत्ती) पकडण्याचा विचार सुचला नसता, कारण मग ईरीस धरलेले (हत्ती) हे मोहरे फक्त ईर देणाऱ्या (हत्ती)च्या मार्गानेच हलते म्हणून ती लाभदायक मारामारी नाही.

**आकृती क्र. : ५ (पांढऱ्याची खेळी आहे)**
**परिपूर्ण ईर (पिन-ॲबसोल्यूट)**

आकृती सहामध्ये परिपूर्ण (ॲबसोल्यूट) ईर आणि सापेक्ष (रिलेटिव्ह) ईर मधील महत्त्वाचा 'भेद' स्पष्ट दाखविला आहे. आकृती सहामध्ये एफ ३ च्या

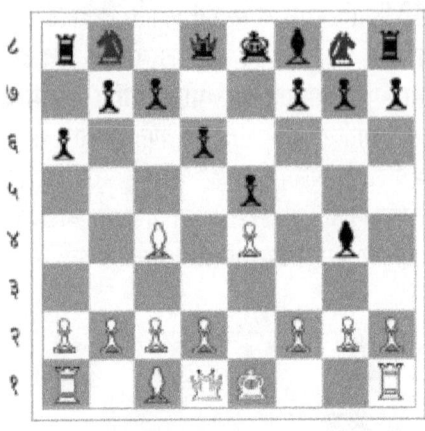

ए बी सी डी ई एफ जी एच

आकृती क्र. : ६

पांढऱ्या घोड्याला, डी १ मधल्या पांढऱ्या वजिरासाठी जी ४ च्या काळ्या उंटाने ईरेस धरलेला आहे; परंतु या घोड्याला हलविणे अगदीच अशक्य नसते. फक्त ते अतिशय महागडे ठरते आणि कधी कधी अशी किंमत मोजणे योग्य ठरते. आकृती सहा मध्ये सुरुवातीच्या चालीतला एक नमुनेदार सापळा टाकला आहे. आता पांढऱ्याची खेळी आहे. तेव्हा तो हिकमती विजिगीषू आक्रमक सुसंघटित हल्ला करतो उदा. **(१) घो × ई ५, उं × डी १??** (घोडचूक आहे आणि येथे जर (१)..., डी × ई ५ मग (२) व × जी ४ ने पांढऱ्याला एक प्यादे फुकटात मिळते. तशात काळ्याची स्थिती प्राणावर बेतले ते प्याद्यावर निभावले अशी होते. कारण

२ उं × एफ ७ शह, रा ई ७; ३ घो डी ५ मात होते. येथे पांढऱ्याने काळ्या राजावर मात करण्यासाठी वजिराचा सौदा केला म्हणजे डाव जिंकण्यासाठी वजिराने विजिगीषू बलिदान केले आहे. सापेक्ष ईर मोडण्यातून सुसंघटित मोहऱ्याचे संयोजन करून मर्मघातक सुसंघटित हल्ला बऱ्याच वेळा करता येतो. याचे प्रत्यक्ष उदाहरण सुरुवातीच्या उद्‌बोधक डाव क्र. २ मध्ये पहावयास मिळेल.

**४) गनिमी कावा (छुपे हल्ले) (डिस्कव्हरी)**

आतापर्यंत पाहिलेल्या प्रकारांमध्ये तसे पाहता एका बुद्धिबळ दलाने चढविलेल्या दुहेरी हल्ल्यांची प्रचिती येते. छुप्या हल्ल्यात मात्र दोन बुद्धिबळ दलांनी चढविलेला गनिमी काव्याचा दुहेरी हल्ला असतो.

आकृती क्र. पाच (अ) मध्ये काळ्याची खेळी आहे. आ. क्र. पाच (ब) मध्ये पांढऱ्याची खेळी आहे.

आकृती क्र. सात (अ) मध्ये जर काळा घोडा हलला तर पांढऱ्या वजिरावर काळ्या उंटाचा छुपा मारा जारी होतो. तेव्हा काळा १..., घो डी ५ ची हिकमती गनिमी काव्याची आक्रमक चाल करतो आणि पांढऱ्या वजिरावर उंटाचा छुपा मारा उघडा करून त्याचवेळी, पांढऱ्या हत्तीवर घोड्याचा (डी ५ वरून) असा दुहेरी हल्ला एकाच वेळी करतो.

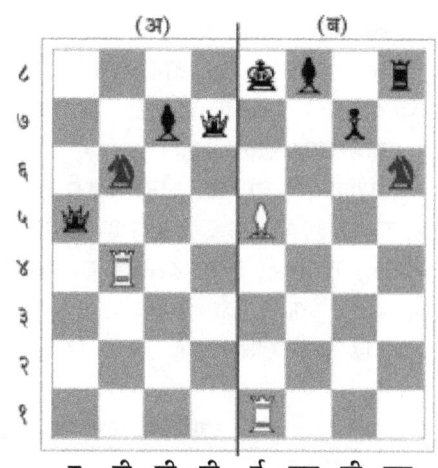

आकृती सात (ब) मध्ये एक नमुनेदार स्थिती दाखविली आहे. यामध्ये पांढरा उंट हलला की हत्तीचा काटशह काळ्या राजाला बसतो आणि शहाचे निवारण करणे हे काळ्याला भाग पडल्याने पांढऱ्याला परिणामकारक रीतीने उंट हवा तसा हलविण्याची आयती संधी लाभते. तेव्हा तो १ उं जी ७ काटशह घातक (गनिमी काव्याची) चाल तर करतोच आणि त्याचवेळी काळा हत्ती आणि उंटावर हल्ला चढवून पुढच्याच चालीत मूल्यवान मोठा हत्ती फुकटात गारद करून खूप वस्तुनिष्ठ लाभ करून घेतो. या उदाहरणावरून दिसून येते की, गनिमी कावारूपी निकटची गुणसाम्यदर्शक कल्पना म्हणजे, अचानकपणे घाला घालणारे धाडसी हल्लेखोर मोहरे होय. अशा वेळी जर एखादे दुर्दैवी कमनशिबी विरोधी मोहरे असेल किंवा तुम्हाला आपल्या मार्गातून विरोधी मोहऱ्याचा काटा काढावयाचा असेल, तर मग हे गनिमी कावा करणारे धाडसी हल्लेखोर मोहरे निर्भयपणे एकदम त्यावर तुटून पडून, त्याला गारद करते आणि तुम्हाला हमखास फायदा करून देते. अशा तऱ्हेच्या वास्तववादी उदाहरणावरून आपल्याला दिसून येईल की, विविध सुसंघटित माऱ्यांचे वर्गीकरण निरनिराळ्या अशा तऱ्हेने जरी केले तरी धाडसी गनिमी काव्याच्या उदाहरणासारखीच अंती फायदेशीर उपयुक्तता त्यात दिसून येते.

**आकृती क्र. : ७ (काळ्याची खेळी आहे)**

## स्वाध्याय पाठ (क्र. १)

पुढे तीन निरनिराळ्या स्थिती समस्येतील बुद्धिबळ दले दिली आहेत. ती प्रत्यक्ष पटावर मांडून या समस्यांवरील पुढील प्रश्नाचे उत्तर शोधा.

**प्रश्न :** परिणामकारक असा निवडक सुसंघटित मारा (असे सुसंघटित हल्ले) करून निर्णायक वर्चस्व कसे मिळवायचे? (की अंती सहज मात करता येते.)

स्थिती समस्या (क्र. एक) **पांढरी** रा जी २, व डी २, ह डी ५, उं जी ३, प्यादे एच २, **काळी :** रा एच ७, व एफ ७, ह जी ७; घो एफ ५.

**काळ्याची खेळी आहे.**

**स्थिती समस्या (क्र. दोन) पांढरी :** रा जी १, उं डी १, उं डी २, प्यादी एच ३, जी २ **(काळी)** रा एफ ५ व एच ८, उं ई ६,

**पांढऱ्याची खेळी आहे.**

**स्थिती समस्या (क्र. तीन) पांढरी :** रा सी १, ह डी १, ह ई १, उं ई २, घो सी ३, घो एफ ३, प्यादी ए २, बी २, सी २, एफ २, जी २, एच २ **(काळी)** रा जी ८, ह सी ८, ह ई ६, उं एफ ५, घो डी ८, प्यादी ए ७, बी ७, डी ६, एफ ७, जी ७, एच ७

**पांढऱ्याची खेळी आहे.**

## स्वाध्याय पाठ क्र. एकची उत्तरे

**स्थिती समस्या क्र. एक चे उत्तर : व × डी ५ शह! २ व × डी ५,** (सक्तीने लादलेली चाल), **घो ई ३ शह** (द्विघाती हल्ला) **३, रा एफ २ / एफ ३, घो × डी ५** ने काळा (वजीर मारून) निर्णायक वर्चस्व मिळवितो, मग अंती तो डाव सहज जिंकतो.

**स्थिती समस्या क्र. दोन चे उत्तर : १ उं सी २ शह, रा ई ५ / एफ ६** (काळा वजीर एच ८ मध्ये असल्याने काळ्या राजाला ए १-एच ८ या कर्णावर सक्तीने आणले आहे) **२ उं सी ३ शह** (देऊन रेषाघाताचा सुसंघटित सल्ला चढविला आहे.) **२..., रा डी ५; उं × एच ८ ने** वजिराला फुकटात मारून पांढऱ्याने निर्णायक वर्चस्व मिळविले. तो अंती सहज डाव जिंकतो.

**स्थिती समस्या क्र. तीन चे उत्तर : १ घो डी ४ (ने हत्ती व उंटावर द्विघाती हल्ला) १......, ह ई ५ (हत्ती वाचवून, उंटाला जोर केला आहे.)**

**२ घो × एफ ५, ह × एफ ५** (पांढऱ्या हत्तीने उंटास मारावयास लावून दोन्ही काळ्या हत्तींना सक्तीने एच ३ - सी ८ कर्णावर आणले आहे.

**३ उं जी ४** (ने उंटाने काळ्या हत्तीवर रेषाघाताचा हल्ला चढविला आहे.)

**३..., जी ६, ४ उं × एफ ५, जी × एफ ५** (छोट्या उंटाने काळ्याचा मातब्बर हत्ती मारला आहे.)

**५ ह ई ८ शह, रा जी ७** (हत्तीने शहमारा करून डी ८ च्या घोड्याला ईरेस पकडले आहे.)

**६ ह × डी ६,** (प्याद्याचा अडथळा दूर करून डी ८ च्या घोड्यावर दुहेरी हल्ला चढविला आहे.)

**६..., ह सी ७, ७ ह डी × डी ८** अशारीतीने पांढरा द्विघाती हल्ला,

रेषाघात, दुहेरी हल्ला असे सुसंघटित माऱ्याचे विविध प्रकार करून डावावर निर्णायक वर्चस्व मिळवतो आणि अंती डाव सहज जिंकतो.

## स्वाध्याय पाठ (क्र. २)

**स्थिती समस्या (क्र. चार) पांढरी :** रा जी १, व बी ३, ह बी १, उ जी ३, प्यादी बी ४, ई ३, एफ २, जी २, एच ३ **(काळी)** रा जी ८, व डी ५, ह डी ८, उं डी ४ घो सी ४, प्यादी बी ५, ई ४, एफ ७, जी ७, एच ६, पांढऱ्याने पुढीलप्रमाणे चाल केली आहे. **(१) ह डी १...** ही चाल बरोबर आहे की चूक? शेवटी कोण कसा हिकमती डावपेचांच्या चाली करून जिंकतो?

**उत्तर :** पांढऱ्याने **१ह डी १,...** ची चाल करून डी ४ मधल्या काळ्या उंटास वजिरासाठी 'ईरेस' धरून पुढील ई × डी ४ चालीने उंट फुकटात मिळविण्याचा मनसुबा रचून मोठा डाव टाकला आहे; परंतु पांढऱ्याची ही चाल आत्मघातकी अकाली अशी चुकीची आहे, हे काळ्याने पुढीलप्रमाणे वरचढ प्रतिडाव टाकून प्रत्ययास आणले.

**१..., घो × ई ३** अशी आक्रमक बलिदानी त्याचवेळी द्विघाती चाल केली आहे की, ज्यामुळे बी ३ मधील पांढऱ्या वजिरावर काळ्या वजिराचा, तर ई ३ मधील घोड्याचा डी १ च्या हत्तीवर असा एकदम दुहेरी मारा जारी होतो, हे पाहून पांढऱ्याने सक्तीने राजीनामा दिला. कारण जर **२ व × डी ५, ह × डी ५, ३ एफ × ई ३,** मग काळा **३..., उं × ई ३** शह देऊन डी १ चा पांढरा हत्ती फुकटात गारद करून डावावर निर्णायक वर्चस्व मिळवून अंती तो (काळा) सहज डाव जिंकतो.

स्थिती समस्या क्र. चारची स्थिती ही जगन्मान्य ग्रँ. मा. कॅपाब्लांका (पांढरी) आणि विश्वविख्यात ग्रँ. मा. अलेखाईन (काळी) यांच्यामध्ये झालेल्या विश्वविजेतेपद स्पर्धेच्या एका डावातील आहे. यावरून या डावातील डाव-प्रतिडाव करण्याचे अलेखाईनचे प्रज्ञादीपक चातुर्य वाखाणण्यासारखे आहे.

## ४. करून बलिदानी मारामारी
## ताबा मिळे मोक्याच्या घरावरी

**उद्बोधक डाव क्र. ३**

जकार्ता येथे १९८१ मध्ये इंटरनॅशनल मास्टर्स स्पर्धेत भारताच्या रवी शेखरने बलिदानी मारामारी करून मोक्याच्या घरावर ताबा मिळवून स्विस्ती हॉन विरुद्ध जिंकलेला उद्बोधक डाव पुढे दिला आहे.

**(पांढरी)** स्विस्ती हॉन **(काळी)** रवी शेखर (खेळी टिप्पणी-पर्यायी चाली इ. मा. रवी शेखर यांची)

**१ एफ ४, डी ५; २ घो एफ ३, जी ६; ३ ई ३, उं जी ७; ४ उं ई २, घो एफ ६; ५ ०-०, सी ५; ६ बी ३,** (अत्यंत चमत्कारिक आणि असाधारण अशी चाली प्रणाली आहे. येथे ६ डी ३, ०-०, ७ व ई १, किंवा ६ डी ४, ०-०; ७ सी ३, बी ६; ८ उं डी २)

**६..., घो ई ४; ७ घो ई ५, ०-०; ८ उं बी २, एफ ६; ९ घो एफ ३, घो सी ६; १० उं बी ५** (अत्यंत मूल्यवान वेळ खर्चून पांढऱ्याने डाववाढ केली असल्याने काळ्याचा केंद्रावरील होणारा दबाव लवकरच दिसून येईल.) **१०...उं डी ७; ११ डी ३, घो डी ६; १२ ए ४, घो एफ ५; १३ व ई २, डी ४, १४ ई ४, घो ई ३, १५ उं × सी ६, उं × सी ६, १६ ह एफ २, एफ ५** (आता काळ्याने ई ४ वरती आघात केला आहे. कारण आता जर १७ ई ५, मग पांढऱ्या राजाच्या कमकुवत बाजूकडील मोठ्या कर्णाचा मार्ग खुला होतो. स्वाभाविकपणे जर १७ घो बी डी २ ची चाल केली, तर मग १७... एफ × ई ४ ने ई ४ चे प्यादे तर जाते आणि सी २ चे त्रिशंकू प्यादे भेदनीय होते.)

**१७ घो जी ५,** (काळ्याच्या संभाव्य १७... व डी ७ या सौम्य चालीची अपेक्षा केली आहे.)

**१७..., ई ५** (या चालीनंतर उद्भवणाऱ्या स्थितीतून दिसून येईल की, काळ्याची सर्व दले कार्यान्वित आहेत, तशात पांढऱ्याची तीन मोहरी वजिराच्या बाजूकडे अडकून पडलेली आहेत. अशा स्थितीत मारामारी न करता उगाच

थांबण्याचे काळ्याला काही कारण नाही. शत्रूच्या आंतरगोटात ई ३ मध्ये ठाण मांडून बसलेला काळा घोडा हत्तीला गारद केल्याखेरीज राहत नाही, तसेच सामर्थ्यशाली काळ्या उंटाच्या जोडगोळीसाठी लवकरच केंद्रही उघडे पडेल.

**१८ घो ई ६, व डी ६, १९ घो × एफ ८, ह × एफ ८, २० घो डी २,** (पांढऱ्याने पुढीलप्रमाणे चाली करणे फायदेशीर नाही. उदा. २० एफ × ई ५, उं × ई ५; २१ जी ३, उं × जी ३; २२ एच × जी ३, व × जी ३; २३ ह जी २, घो × जी २; २४ व × जी २, व ई ३ शह; २५ व एफ २, व × एफ २ शहाने एका मोहऱ्याच्या बदल्यात बऱ्याच प्याद्यांचे अर्घ्य द्यावे लागते. नाहीतर मग रुक्ष असा कंटाळवाणा २१..., एफ × ई ४, चालीने काळा सहज जिंकतो.)

**२०...,ई × एफ ४, २१ ह ई १, जी ५** (ई ३ मध्ये काळ्या घोड्याने मोर्चा धरून बसणे आवश्यक आहे आणि त्याने प्याद्यांच्या आक्रमणाला प्रोत्साहन द्यावयाचे आहे.)

**उदा. २२ ई × एफ ५, ह × एफ ५, २३ घो ई ४** (येथे २३ पांढरा घोडा घो सी ४ मध्ये सरस वाटतो खरा; परंतु काळ्याच्या २३..., व सी ७ वगैरे चालीमुळे काळा घोडा पटावर हमखास वर्चस्व गाजवेल. पुढील चालीमुळे डाव मनोवेधक होतो. २३..., घो × सी ४; २४, डी × सी ४, ह ई ५; २५ व डी १, ह ई ३; २६ उं सी १, उं ई ५, किंवा २६..., व ई ६ ने त्रासदायक धोक्याच्या प्याद्यांचे अतिक्रमण सुरू होते.)

**२३... व ई ५, २४ ह एफ ३, उं × ई ४, २५ ह × ई ३, एफ × ई ३, २६ डी × ई ४, व × ई ४, २७ पांढरा राजीनामा देतो.** या चालीनंतरची स्थिती पुढील पानावरील आकृतीत दिली आहे ती पहा.

कारण : आता जर २७ रा एच १, म २७... ह एफ २, २८ व सी ४ शह, रा एच ८; २९ ह जी १, ह × सी २, या द्विघाती हल्ल्याने काळ्याचे एक मोहरे फुकटात मिळतेच आणि मग तो डाव सहज जिंकतो. किंवा जर २७ ह एफ १, डी ३, २८ सी × डी ३, ह × एफ १ शह; २९ रा × एफ १, येथे जर २९ व × एफ १ मग ई २) व एफ ४ शह ३० रा ई १, व एफ २ शह वगैरे.

## सुसंघटित मारा

**मोक्याच्या घरावरील हल्ले** (अॅटॅक्स ऑन स्क्वेअर्स) दुहेरी हल्ले सुप्तपणे जारी करण्यामध्ये एक अत्यंत महत्त्वाचा दृष्टिकोन असतो आणि त्याच्या गुणवत्तेची योग्यता अनुभवी खेळाडूंनीही जाणली नसते. काही अत्यंत परिणामकारक आणि नेत्रदीपक सुसंघटित मारा करण्यासाठी आवश्यक असणारी गुणवत्ता म्हणजे 'दुहेरी'

आकृती क्र. : ८

मारा जारी करणारी बुद्धिबळ दले आणि परस्पर परिणामकारक सुसंवाद साधणारी मोक्याची घरे, ही होय. याचे उत्कृष्ट उदाहरण वरील उद्‌बोधक डाव क्र. ३ मध्ये पहा आणि अंतिम आकृती क्र. आठ पहा.

आकृती क्र. नऊ (अ) - पांढऱ्याची खेळी आहे.

आकृती क्र. नऊ (ब) - काळ्याची खेळी आहे.

आ. क्र. नऊ (अ) यात एफ ७ मध्ये जर पांढरे प्यादे असते तर तुम्ही वेळ न दवडता, १ ह ई ८... ही काळ्या वजिराला (राजासाठी) ईरेस पकडणारी चाल बेधडक केली असती. कारण ई ८ मध्ये जाणाऱ्या हत्तीला एफ ७च्या प्याद्याचा सहज जोर होतो म्हणून; परंतु एफ ७ मध्ये जरी प्यादे नसले तरीही 'ई ८' चे घर अप्रत्यक्षपणे सुरक्षितच आहे, तेही घोड्यामुळे. कारण घोडा, घो सी ७ ची शह मारक खेळी करून ई ८ मध्ये येणाऱ्या विरोधी मोहऱ्यावर प्राणघातक द्विघाती मारा चढवून पुढच्याच खेळीत त्याला गारद करतो. तेव्हा आ. नऊ (अ) च्या स्थितीत (घा) **१ ह ई ८, व ई ८** मग पांढरा, **२ घो सी ७ शह** आणि द्विघाती हल्ल्यात **३ घो ई ८** ची खेळी खेळून निर्णायक वर्चस्व मिळवून अंती डाव सहज जिंकतो. परंतु **'ई' ८** च्या घराची बाब खेळाडूच्या चटकन ध्यानात येत नाही. कारण ई ८ चे घर रिकामे आहे म्हणून; परंतु आता समजा **ई ८** च्या घरात जर काळा हत्ती असता तर मग कोणताही

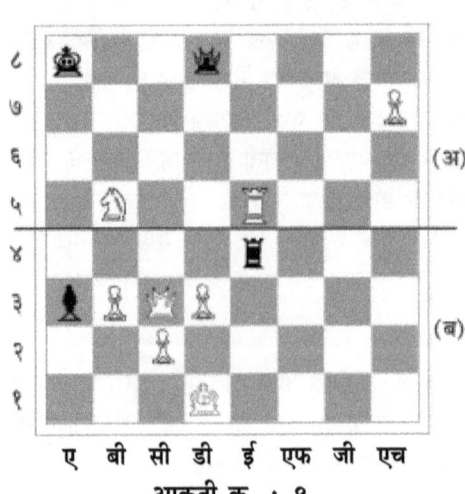

आकृती क्र. : ९

खेळाडू स्वाभाविकपणे (त) **१ ह × ई ८ व × ई ८** मग पांढरा **२ घो सी ७** शह मारा करून ई ८ मधील काळ्या वजिराला द्विघाती हल्ल्यात पुढच्याच चालीत मारतो. थोडक्यात वर (घा) मध्ये वर्णन केल्याप्रमाणेच सुसंघटित माऱ्याची पुनरावृत्ती (त) मध्ये प्रत्यक्षात होते.

**आता आकृती नऊ (ब) पहा**

या (ब) मध्येही पुन्हा तुम्ही ई १ मध्ये पांढरा हत्ती ठेवा. मग लगेच तुम्हाला खातरीने पुढीलप्रमाणे उत्तरदायी चाली सुचतील. उदा. **१ उं बी ४, २ व बी २/ ए १ मग ह × ई १** मात होते; परंतु ही बाब चटकन ध्यान्यात येत नाही. तरीही नऊ (ब) मधील परिस्थिती नऊ (अ) हून कमी अवघड वाटते. कारण नऊ (ब) मध्ये तुम्ही **१... उं बी ४** ची चाल-हत्तीचा जोर उंटाला होत असल्याने करून वजिरावर हल्ला चढवून त्याला **ई १ - ए ५** कर्णाच्या बाहेर पिटाळून लावता. धोक्याच्या घरावरील हल्ल्यांचे प्रात्याक्षिक आपण सुरुवातीला दिलेल्या उद्‌बोधक डाव क्र. ३ मध्ये पाहिले आहेत. आणि या डाव क्र. ३ च्या अंतिम आकृती आठमध्ये काळा हत्ती एफ २ च्या मोक्याच्या घरात घुसून कसा धुमाकूळ घालतो, ते शेवटी दिलेल्या टिपांवरून स्पष्ट होते.

## स्वाध्याय पाठ क्र. ३
## स्थिती क्र. पाच

**(पांढरी)** : रा ई ५, उं ई ४, प्यादी बी ६, सी ५, **(काळी)** रा बी ८, ह डी १.
**प्रश्न १ :** पांढऱ्याची खेळी असेल तर तो नेमक्या कोणत्या मोक्याच्या घरात जाऊन म्हणजे कोणती चाल करून पांढरा डाव जिंकतो?
**प्रश्न २ :** काळ्याची खेळी असेल, तर मग (अ)तो डाव जिंकू शकतो का? (ब) तो जिंकत नसल्यास किमान काळा बरोबरी सक्तीने कशी लादू शकेल? (क) यासाठी तो नेमक्या कोणत्या मोक्याच्या घरात जाईल? म्हणजे कोणती चाल करील? (ड) काळ्याने नेमकी कोणती चाल टाळावी? ती का?

## स्थिती समस्या क्र. पाच उत्तरे

**उत्तर १ :** पांढरा, डी ५ या मोक्याच्या घरात १ उं डी ५ ची चाल करून, अंती डाव जिंकतो.
**उत्तर २ :** (अ) काळा डाव जिंकू शकत नाही.
(ब) काळा विस्मयकारक रीतीने हिकमती डावपेच टाकून मोक्याच्या डी ७ च्या

घरात मुसंडी मारतो उदा.

(क) १..., ह डी ७, यामुळे पांढऱ्याच्या चालींवर मर्यादा पडतात. विशेषत: पांढऱ्याच्या सी ६-, सी ७ या प्याद्यांच्या चालीला तो अटकाव करतो. मग पांढरा २ उं डी ५ चाल करतो तेव्हा काळा २..., ह बी ७! ची चाल करतो आणि हत्ती बी ७ मध्ये मजेत बसून पांढऱ्याला वाकुल्या दाखवून, त्याला सक्तीने बरोबरीचा डाव करण्यास भाग पाडतो.

(ड) काळ्याने १..., ह सी १ चाल टाळावी, कारण मग पांढरा २ रा डी ६ ची चाल करतो तेव्हा काळा डाव हरतो.

# भाग दोन

# ५. अपुरा बचाव

पहिल्या भागात दोन विरोधी बुद्धिबळ दलांवर एकाच वेळी सुसंघटित मारा करून वा क्रमाक्रमाने मारा करून, वस्तुनिष्ठ लाभ कसा मिळवायचा हे पाहिले आहे. आता, या दुसऱ्या भागात एखाद्या बुद्धिबळ दलाला (किंवा घराला) अपुरा जोर असेल, तर मग पुढीलप्रमाणे तीन हिकमती डावपेच वापरता येतात.

१) गुप्तपणे सुरुंग पेरणी (अंडर मायनिंग)

२) कार्यपीडित मोहरे म्हणजे एखाद्या मोहऱ्यावर जादा कामाचा बोजा टाकणे (ओव्हर लोडिंग)

३) भुलविणे मोहविणे (डिकॉयिंग)

## १) गुप्तपणे सुरुंग पेरणी (अंडर मायनिंग)

आ. दहा (अ) काळ्याची खेळी आहे.

आ. दहा (ब) पांढऱ्याची खेळी आहे.

आ. दहा (अ) मध्ये :

**गुप्तपणे सुरुंग पेरणे** - या कल्पनेची मूलभूत बैठक पहावयास मिळते. ए ६ मधल्या पांढऱ्या हत्तीला घोड्याचा जोर आहे; परंतु तो घोडाच उंटाच्या माऱ्यात असल्याने, तो खुद्द धोक्यात आहे, तेव्हा काळा **१...., उं × बी ४, २ सी × बी ४; २ व × ए ६,** ने छोट्या उंटाच्या बदल्यात मोठा हत्ती मारून काळा फायदेशीर मारामारी करून, वस्तुनिष्ठ लाभ मिळवितो.

आ. दहा (ब) - मध्ये एक

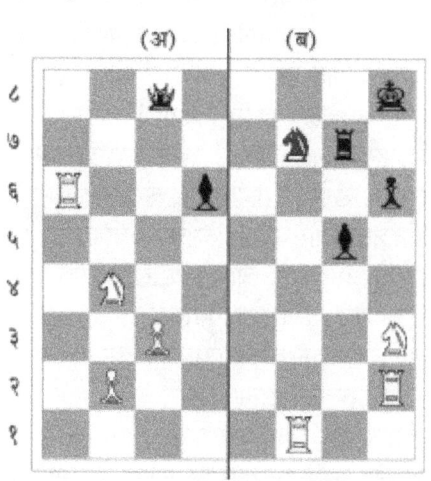

(अ)　　(ब)

ए बी सी डी ई एफ जी एच

आकृती क्र. : १०

कौशल्यपूर्ण उदाहरण दाखविले आहे. या स्थितीमध्ये जी ५ मधल्या काळ्या उंटाला तिहेरी जोर आहे. तरीही पांढरा **१ ह × एफ ७, ह × एफ ७; २ घो × जी ५,** आणि या पांढऱ्या घोड्याला, एच ६ चे प्यादे परत मारू शकत नाही. कारण त्या एच ६ च्या प्याद्याला एच २ च्या हत्तीने राजासाठी ईरेस धरले आहे. अशा रीतीने पांढऱ्याने हत्तीच्या बदल्यात दोन काळी मोहरी मारून स्थितीवाचक लाभ मिळविला आहे. तेव्हा गुप्तपणे सुरुंग-पेरणीच्या मागील कल्पना अशी आहे की, या स्थितीत, संभाव्य ईर आणि गनिमी काव्याच्या छुप्या हल्ल्याचा सुसंवाद साधून, गुप्त सुरुंगपेरणी केली आहे. येथे छुपा हल्ला होतो. कारण, एच ६ च्या प्याद्याला परस्पर ईरेस पकडणाऱ्या एच २च्या हत्तीचा छुपा मारा उघड करण्यासाठीच केवळ घोडा हलतो आणि जी ५च्या उंटाला मारून एफ ७ मध्ये आलेल्या काळ्या हत्तीवर हल्ला चढवितो. तरीही एच ६चे प्यादे आपोआप ईरेस धरले गेल्याने त्या घोड्याला परत मारू शकत नाही.

**२) जादा कामाचा बोजा टाकून बुद्धिबळ दल (मोहरे) कार्यपीडित करणे (ओव्हर लोडिंग)**

एखादे बुद्धिबळ दल कार्यपीडित करणे म्हणजे त्या दलावर निरनिराळ्या कार्यांचा एकाच वेळी आवाक्याबाहेर बोजा टाकणे होय. नमुनेदार उदाहरण म्हणजे जेव्हा एखाद्या बुद्धिबळ दलाला दोन आवश्यक कामांची जोखीम पत्करावी लागते, तेव्हा विरोधक त्या बुद्धिबळ दलाला एक काम सक्तीने करावयास भाग पडतो, मग त्या बुद्धिबळ दलाला दुसरे काम करणे शक्य होत नाही. तेव्हा अशाप्रकारच्या सुसंघटित माऱ्यामागील हे एक महत्त्वाचे सूत्र आहे की जे खेळामध्ये नेहमीच वापरले जाते उदा.

आ. दहा (ब) मध्ये कार्यपीडित बुद्धिबळ दलावर होणाऱ्या सुसंघटित माऱ्याचे उदाहरण आहे. प्रथम हे पहाकी, छुप्या संभाव्य ईरच्या धाकामुळे एच ६ चे प्यादे उंटाला खरोखरी पाहता जोर करू शकत नाही. तसेच जी ७ चा हत्ती एफ ७ च्या घोड्याला जोर करतो, तसेच तो घोड्याच्या भागिदारीत जी ५ च्या उंटालाही जोर करतो असा आहे. त्या दलांवरील कामाचा प्रचंड बोजा, तेव्हा हे सारे हेरूनच पांढरा १ ह एफ ७ ने घोडा मारून, जी ७ च्या हत्तीने एफ ७ मध्ये मारून आलेल्या हत्तीला मारून काढण्यासाठी वेठीस धरल्याने तो दुसरे (उंटाला जोर करण्याचे) काम करण्यास असमर्थ ठरतो. अशा रीतीने जी ७ चा हत्ती कार्यपीडित आहे. एकूण उंटाला खुद्द घोडा जोर करतो ही वस्तुस्थिती असल्याने, गुप्त सुरुंगपेरणी करून त्याला उखडून टाकणे हा स्वाभाविक मार्ग आहे. परंतु यामध्ये कामाचा अधिक बोजा वाढण्याचा भागही तितकाच महत्त्वाचा आहे.

**कार्यपीडित मोहरे : एखाद्या मोहऱ्यावर जादा कामाचा बोजा टाकणे (ओव्हर लोडिंग)**

आ. अकरा (अ) पांढऱ्याची खेळी आहे.

आ. अकरा (ब) काळ्याची खेळी आहे.

आकृती क्र. : ११

आ. अकरा (अ) मध्ये कार्यपीडित दलाचे सर्वसाधारण उदाहरण दाखविले आहे. पांढरा **१ व × सी ५** ने जिंकतो. कारण जर **१...व × सी ५ मग पांढरा २ ह डी ८** ने काळ्यावर शह मात करतो. या मध्ये एक बाब ठळकपणे दिसते ती म्हणजे मोहऱ्याचे (वजिराचे) आणि (डी ८) घराचे एकाच वेळी संरक्षण करणे, असे दुहेरी काम आहे. येथे भाग क्र. एकमधील गनिमी कावा - मोक्याच्या घरावरील हल्ला करणे हेही पहावयास मिळते.

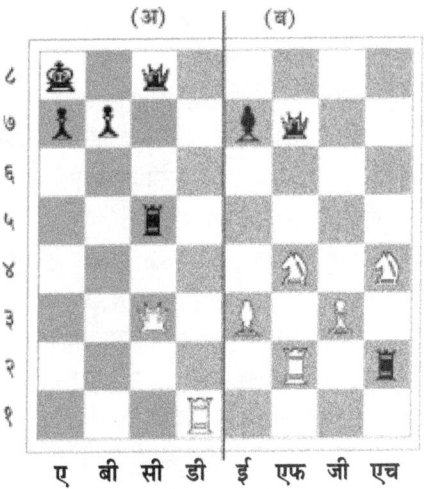

**आ. अकरा (ब) मध्ये गुंतागुंतीचे कार्यपीडित बुद्धिबळ दलांचे उदाहरण दाखविले आहे. या स्थितीत, एक बुद्धिबळ दल दोघांचे काम करीत नसून दोन बुद्धिबळ दले तिघांचे काम करण्याचा प्रयत्न करतात. यामध्ये एफ ४ मधला घोडा अगदी सुरक्षित असल्यासारखा वाटतो. कारण त्याला उंटाचा व प्याद्याचा जोर आहे; परंतु या दोघांवर आणखीन काही जबाबदाऱ्या आहेत तेव्हा काळा, १... ह × एफ २, २ उं × एफ २, उं × एच ४, ३ जी × एच ४** आणि मग अर्थातच काळा पूर्वनियोजित **३०..., व × एफ ४** ची चाल करतो. एकूण काळ्याच्या हत्ती आणि उंटाच्या बदल्यात पांढऱ्याचा हत्ती आणि दोन घोडे अशी तीन बुद्धिबळ दले गारद होतात आणि काळा वस्तुनिष्ठ लाभ मिळवतो.

## स्वाध्याय पाठ

**स्थिती समस्या क्र. सहा :** पांढरी : रा जी १, व ई १, ह ए १, ह एफ ४, उं बी ३, उं एफ २, घो सी ३ प्यादी ए २, बी २, सी २, ई ४, जी २,

एच २.

काळी : रा जी ८, व सी ८, ह ए ८, ह एफ ८, उं ई ७, उं सी ४, घो एफ ६, प्यादी ए ७, बी ६, डी ६, एफ ७, जी ७, एच ७,

पांढऱ्याची खेळी आहे.

पांढऱ्याने कोणत्या प्रकारचा सुसंघटित माऱ्याचा उपयोग करून हमखास वस्तुनिष्ठ लाभ मिळवावा?

**स्थिती समस्या क्र. सहाचे उत्तर**

पांढरा (अ) सुरुंग पेरणी व गनिमी कावा एकाच वेळी साधून (ब) द्विघाती हल्ले चढवून फायदेशीर असा वस्तुनिष्ठ लाभ मिळवू शकतो. उदा. **१ ई ५, उं × बी ३ (अ) आणि ब पहा.**

**२ ई × एफ ६!** काळ्याने बी ३ मधील पांढरा उंट मारला खरा; परंतु पांढऱ्याने त्याच्या बदल्यात एफ ६, चा घोडा मारून, ई ७, च्या उंटावर प्याद्याचा मारा जारी ठेवून त्याच्यावर, पांढऱ्या वजिराचा छुपा मारा उघडा करून दुहेरी हल्ला चढविला आहे. तेव्हा **२..., उं × एफ ६**

**३ ए × बी ३** ने पांढरा, काळ्याचे दुसरे मोहरे (उंटाचे) गारद करतो. अशा रीतीने पांढऱ्याने एक उंट आणि प्यादे देऊन त्याच्या बदल्यात दोन (घोडा + उंट) काळी मोहरे मारून फायदेशीर वस्तुनिष्ठ लाभ तर मिळविलाच, त्याशिवाय स्थितीवाचक वर्चस्व मिळविल्याने तो अंती डाव जिंकतो.

## (भाग दोन : अपुरा बचाव)

## (३) मोहविणे (भुलविणे)

## (डिकॉयिंग)

अशा प्रकारच्या सुसंघटित माऱ्यामध्ये बुद्धिबळ दलाला प्राणघातक स्थानात भुलवून न्यावे लागते. या प्रकारात 'भुलविणे' आणि 'कार्यपीडित करणे' यात साधारणपणे बराच सारखेपणा दिसतो. उदा.

**आ. क्र. अकरा (अ) मध्ये** भुलविण्याच्या सुसंघटित माऱ्याचा आविष्कार दिसतो. कारण पिछाडीच्या सी ८ च्या घरातून राजाचा बचाव करणाऱ्या काळ्या वजिराला भुलवून पुढे (सी ५ मध्ये) जाणे भाग पडते. तेव्हा स्पष्ट भेद उत्तम रीतीने दाखवावयाचा म्हणजे, जर तुम्ही एखाद्या बुद्धिबळ दलाला (मोहऱ्याला) की जे अत्यावश्यक असे बचावाचे कार्य करीत असते, त्यालाच त्या कार्यापासून लांब भुलवून नेऊन वंचित करावयाचे, म्हणजे या कृतीत त्या कार्यपीडित दलावरचा सुसंघटित मारा दिसतो. तसेच त्याला भुलवून प्राणघातक स्थानात आणावयाचे

म्हणजे हे भुलविणे होय!

आ. क्र. अकरा (अ) हे कार्यपीडित दलाचे उदाहरण आहे तर (भाग क्र. एक मधील) आकृती नऊ (अ) मध्ये नमुनेदार भुलविण्याचा प्रकार आहे. या आ. नऊ (अ) मध्ये काळ्या वजिराला प्राणघातक (ई ८ या) स्थानात खेचले आहे की, ज्यामुळे दुसरा मूलभूत सुसंघटित माऱ्याची (येथे घोड्याच्या द्विघाती हल्ल्याची) कल्पना परिणामकारक रीतीने राबविता येते.

आ. क्र. बारा (अ) मध्ये 'भुलविणे' याची एक मूलभूत कल्पना दाखविली आहे. उदा. जर १ बी × सी ८ = व शह; रा × सी ८ तरीही काळ्याकडे वजिराविरुद्ध उंट असा स्थितीवाचक लाभ उरतो. हे सारे जाणून पांढरा एक हिकमती हुकमी डावपेच टाकतो.

उदा. **१ उं ए ७ शह! रा × ए ७;**

**२ बी × सी ८ = घो शह देऊन** द्विघाती हल्ल्याने काळा वजीर, पांढरा पुढच्याच खेळीत मारतो एक **२..., रा बी ८;** मग **३ घो × ई ७** अशा रीतीने पांढऱ्याकडे सबंध घोडा काळ्यापेक्षा जादा राहतो. तेव्हा अशा प्रकारच्या सुसंघटित माऱ्याची मूर्त कल्पना रुजण्यासाठी, पटावरील पृथक, पृथक दिसत असणाऱ्या निरनिराळ्या बुद्धिबळ दलांच्या संभाव्य वाढीव योग्यतेची जाणीव तुमच्यातील बुद्धिबळ खेळाच्या आंतरमनाशी अशी एकरूप व्हावी की त्यामधून उत्स्फूर्त अशी नव विजिगीषू रचनेचे कल्पना चित्र तुमच्या मन: पटलावर आपोआप

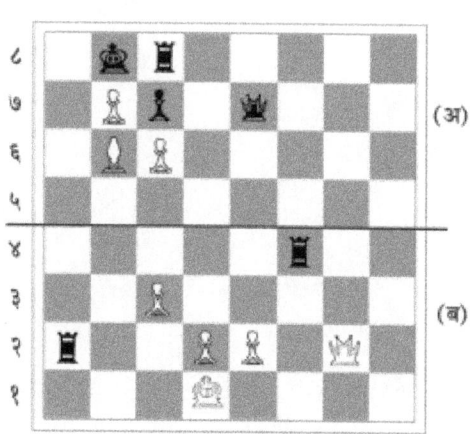

ए बी सी डी ई एफ जी एच
आकृती क्र. : १२
(अ) पांढऱ्याची खेळी आहे.
(ब) काळ्याची खेळी आहे.

उमटावयास हवे. **उदा. आ. बारा (अ)** मध्ये काळ्या राजाला सक्तीने ए ७ या घरात खेचले असता, सी ८ मध्ये येणाऱ्या नवा घोड्याच्या शहदायी व प्राणघातक द्विघाती हल्ल्यात ई ७ चा काळा वजीर गारद होतो आणि हे सारे (चलित) दृश्य आ. बारा (अ) ची स्थिती पाहताच तुम्हाला उत्स्फूर्तपणे सुचवावयास

हवी आहे. यामध्ये प्रसंगानुसार 'नवघोडाच' आवश्यक आहे. कारण, त्याच्या शहदायी व प्राणघातक द्विघाती हल्ला करण्याच्या खास सामर्थ्यामुळेच त्याचा परिणामकारक उपयोग या प्रकाराच्या सुसंघटित माऱ्यात होतो.

**आ. क्र. बारा (ब)** मध्ये रेषाघातात 'रूपांतर' होण्याचा सुसंघटित माऱ्याचा प्रकार दाखविला आहे. उदा. **१..., ह एफ १ शह; २ व × एफ १, ह ए १ शह; ३ रा सी २, मग ३..., ह × एफ १** ने पांढरा वजीर मारून काळा मोठा वस्तुनिष्ठ लाभ मिळवितो.

## भाग तीन

# ६. गतिवाढीचा सुसंघटित मारा

### गतिवाढीचा सुसंघटित मारा (टेम्पो कॉम्बिनेशन)

'वेळ' ही एक अत्यंत महत्त्वाची अशी अत्यावश्यक बाब असून, ती बुद्धिबळ खेळाचे मूलतत्त्व आहे. कधी कधी विजय आणि हार यामध्ये डाव शेवट करण्याचा फरक केवळ एक गतिवाढ मिळविण्याने (टु गेन ए सिंगल टेम्पो) घडवून आणता येतो.

आकृती क्र. तेरा (अ) मध्ये या प्रकारचे एक नमुनेदार उदाहरण दाखविले आहे. उदा.

जर १ व ए २, ने पांढऱ्याने व ए ७ किंवा व ए ८ मध्ये जाऊन संभाव्य मात करण्याचा धाक दाखवला, तर मग काळा १..., सी × बी ६ ची चाल करून, काळ्या राजाला सोईस्कर असे पलायन करण्यास वेळ मिळतो. तेव्हा या गोष्टी ध्यानात ठेवून पांढरा **१ ह ए ८ शह!, रा × ए ८;**

**२ व ए १ (किंवा ए २) शह, रा बी ८;**

अशा हिकमती चालींमुळे पांढऱ्याला त्याचा वजीर 'ए' पट्टीत यशस्वी आक्रमक चालीने आणता येतो, तसेच तो एक चाल राखून ठेवू शकतो. म्हणजे येथे पांढऱ्याने एक गतिवाढ मिळविली आहे. कारण यामध्ये **१ ह ए ८ शह!** देऊन पांढऱ्याने एकच चाल करून काळ्याला दोन चाली करावयास भाग पाडले आहे. उदा..., **रा × ए ८ २..., रा बी ८,** म्हणजे काळा राजा पूर्वी होता त्या (बी ८) स्थानातच परत जातो. तेव्हा पांढरा **३ व ए ७ मात,** म्हणजे काळ्याला टाळता येणार नाही, अशी निर्णायक मात पांढरा करतो.

**आ. १३ (अ) आणि (ब) पांढऱ्याची खेळी आहे.**

**आ. तेरा (ब) मध्ये :** डाव शेवटात मिळविता येणारी गतिवाढ (टेम्पो गेन) दाखविली आहे. येथे जर १ व × जी ८ शह? मग..., रा × जी ८, २ डी ६, रा एफ ८, ३ डी ७, रा ई ७ ने काळा राजा पांढऱ्या प्याद्याला गाठून मारतो आणि सत्तीने बरोबरी करतो. हे सारे गणित मनात करून पांढरा पुढीलप्रमाणे हिकमती आक्रमक चाल करतो.

**१ व एच ६ शह, व एच ७. २ व × एच ७ शह; रा एच ७ (३)**

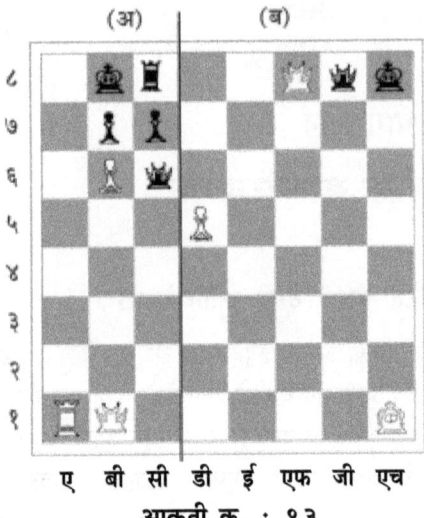

(अ)
(ब)
ए बी सी डी ई एफ जी एच


आकृती क्र. : १३

**डी ६,** आता काळा राजा डी पट्टीपासून एक पट्टी लांब-दूर राहतो. तेव्हा डी ६ च्या प्याद्याची आगेकूच काळा राजा आता थोपवू शकत नाही. तेव्हा पांढरे प्यादे डी ८ मध्ये जाऊन त्यांचे रूपांतर पांढऱ्या वजिरात होण्यापासून थोपविण्यात काळा राजा असमर्थ ठरतो. तेव्हा हे उदाहरण म्हणजे काळ्याला सक्तीने गतिवाढ घालविण्यास (टु लूज ए टेम्पो) पांढरा भाग पाडतो असे आपण म्हणू शकता.

## स्वाध्याय पाठ

**स्थिती समस्या क्र. सात पांढरी :** रा बी १, व ई ४, ह डी ३, उं सी २, **काळी :** रा एच ८, व ए ६, ह ए ८, उं ए ७, घो जी ८; प्यादी जी ७, एच ७ बी ४,

(अ) पांढऱ्याची खेळी असेल तर...

(ब) काळ्याची खेळी असेल तर...

**प्रश्न एक :** यापुढे तुमची सर्वोत्कृष्ट चाली प्रणाली कोणती असेल?

**प्रश्न दोन :** यामधून कोणती बाब आणि तत्त्व दिसून येते?

**स्थिती समस्या क्र. सातचे उत्तर :**

**उत्तर एक : (अ) १ व × एच ७ शह, रा × एच ७, २ ह एच ३ मात होते.**

**(ब) १---, व ए १ शह, २ रा × ए १, उं डी ४, दु. शह ३, रा बी १, ह ए १ मात होते.**

**उत्तर दोन :** यामधून 'वेळ' ही अत्यंत महत्त्वाची अशी आवश्यक बाब असून, ती बुद्धिबळ खेळाचे एक मूलतत्त्व आहे हे दिसून येते. वर (अ) आणि (ब) मध्ये पांढऱ्याने आणि काळ्याने आक्रमक शहदायी बलिदान करून, प्रतिस्पर्ध्यांवर सक्तीच्या चाली लादल्याने, यशस्वी अशा गतिवाढीच्या चालींच्या सुसंघटित माऱ्याने प्रतिस्पर्ध्यावर मात केली आहे.

# ७. स्थिती समस्या विश्लेषण

आतापर्यंत सांगितलेल्या सुसंघटित माऱ्याच्या प्रकाराव्यतिरिक्त सुसंघटित माऱ्यांच्या आणखीन काही कल्पनांचे मुख्य गट आहेत. यामध्ये शत्रू राजाच्या बचावांचा बीमोड करून त्यांच्यावर शह मात करणे अशा कल्पनांचा आविष्कार मुख्यत्वे करून असतो. हे प्रकार हाताळण्याआधी बुद्धिबळ पंडितांच्या डावातील प्रत्यक्ष उदाहरणे घेऊन हे बुद्धिबळपटू मूलभूत सूत्रांनुसार कल्पनांचे जाळे सतर्कांने योजनाबद्ध असे विणून परिणामकारक अशा सुसंघटित माऱ्याचे हल्ल्यांमध्ये रूपांतर कसे करतात हे आधी पाहू. यासाठी सूचना अशी आहे की, पुढे दिलेल्या स्थिती समस्यांचे विश्लेषण वाचण्याअगोदर, त्या इष्ट स्थितीचा आपण आधी पूर्ण अभ्यास करून त्यातून समर्पक अशी मुख्य लक्षणे कोणती असतील याचा कयास बांधता येतो का ते पहावे.

### स्थिती विश्लेषण

शेजारील आकृती चौदा मधील स्थिती १९६७ मध्ये रशियामध्ये (पांढरी) झिझीहॅसविली (काळी) बोल्स लावस्की यांच्या डावातून घेतली आहे.

आकृती क्र. चौदामधील स्थितीचे विश्लेषण करता असे दिसून येते की, काळ्या (मोठ्या) हत्ती विरुद्ध पांढरा उंट आणि प्यादे असल्याने पांढऱ्याकडे वस्तुनिष्ठ कमतरता आहे आणि पुढील चालींतून (पांढऱ्याला) काहीच निष्पन्न होत नाही. उदा १ उं × ई ७? ह × डी ७ किंवा १ ह × ई ७, शह ह × ई ७ तेव्हा पुढील कल्पना सुचते **जर १ ह डी ८ शह दिला तर १..., रा × डी ८, मग २ घो × एफ ७ द्विघाती शह,** रा. सी. ८ / ई ८ पुढे ३ घो × एच ८ चा हत्ती मारून गेलेल्या प्याद्याचे उट्टे फेडून भागते का? नाही. कारण मग काळा ३... ह × सी ५ ने पांढरा उंट गारद करतो. पांढऱ्याचा तोटा होतो? तेव्हा विचार सुचतो की, २ घो × एफ ७ शह दिल्यावर घोडा डी ६, मध्ये माघारी वळून द्विघाती शहात बी ७ च्या वजिरावर प्राणघातक हल्ला चढवून, काळ्या राजाला पळायला भाग पाडतो. तेव्हा अशा या द्विघाती शह माऱ्याचा पुढे संभाव्य उपयोग करून घेता येतो का? हो! कारण डी ६ च्या घोड्याच्या माऱ्यात असणाऱ्या सी ८ आणि ई ८ घरात

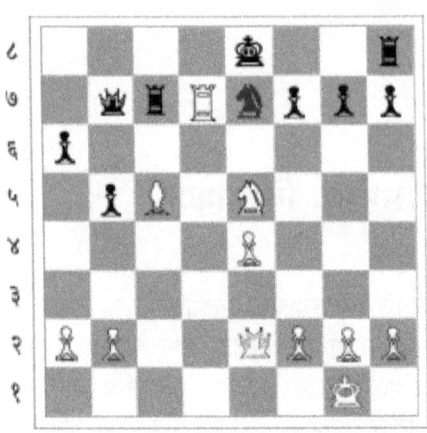

ए बी सी डी ई एफ जी एच

**आकृती क्र. : १४ (पांढऱ्याची खेळी आहे)**

काळ्या राजाला जाता येणार नाही, त्याचवेळी बी ७ चा वजीर वाचविणे आवश्यक ठरते. तेव्हा काळ्याच्या आंतरगोटातील तीन घरे (वजीर असणारे) बी ७ चे घर प्रत्यक्षपणे, तर ई ८ आणि सी ८ (ही काळ्या राजासाठी) अप्रत्यक्षपणे पांढऱ्या घोड्याच्या ताब्यात येतात, तसेच डी ३ वरही त्याचा मारा जारी आहेच. हे कल्पनाचित्र डोळ्यांपुढे येताच, काळ्या राजावर संकटाची परंपरा कोसळू शकेल हेही ध्यानात येते. हे लक्षात ठवून काळ्याला सक्तीने **२..., रा डी ७** हीच चाल करावी लागते. (नाही तर काळा वजीर गारद झाला, तर कधीही भरून काढता येणार नाही असा काळ्याचा भयंकर वस्तुनिष्ठ तोटा होतो.) मग पांढऱ्याला आणखी आघात नाही का करता येणार? पण मग ३ घो ई ५ शह? रा ई ८, ने पांढऱ्याला काहीच फलनिष्पत्ती नाही. याहून दुसरा समर्पक शह देता येणार नाही का? होय! **३ व जी ४** तेव्हा काळ्याला सक्तीने **३... रा, सी ६** ची चाल करणे भाग पडते. (नाही तर त्याचा वजीर जातो. काळा राजा उघड्यावर आल्याने पांढऱ्याच्या आशा पालवतात.) मग तो **४ व ई ६** शह देतो तेव्हाही काळ्याला सक्तीने **४..., रा × सी५** ची चाल करून पांढरा उंट मारावा लागतो. मग पांढरा **५ व डी ६ शह रा सी ४; मग ६ घो ई ५ ने पांढरा मात करतो.** (मूळ डावामध्ये ४ व ई ६ शह ची चाल पाहून काळा सक्तीने राजीनामा देतो.) यामध्ये निरनिराळ्या पांढऱ्या बुद्धिबळ दलांची सुसंवाद साधण्याची वाढीव क्षमता - थोडक्यात स्थितीवाचक श्रेष्ठ लाभ, यामुळे गनिमी काव्याचा मारा आणि द्विघाती हल्ला यांचा समन्वय साधून, सुसंघटित हल्ल्यांचा ससेमिरा लावून काळ्याला सक्तीने राजीनामा देण्यास भाग पाडले आहे, हे स्पष्ट आहे.

## स्वाध्याय पाठ

**स्थिती समस्या क्र. आठ**

**पांढरी :** रा ई १, व डी १, ह सी १, ह एच १, उं सी ४ घो डी ५, प्यादी

ए ३, बी २, ई ३, एफ २, एफ ३, एच २, **काळी :** रा जी ८ व डी ८, ह ए ८, ह एफ ८, उं बी ७, उं डी ६, घो जी ३ प्यादी ए ७, बी ६, सी ७, एफ ५, जी ७, एच ७.

**पांढऱ्याची खेळी आहे :** नेमक्या कोणकोणत्या प्रकारांचा सुसंघटित माऱ्यांचा समन्वय साधून, पांढरा सक्तीने मात करतो?

**स्थिती समस्या क्र. आठचे उत्तर**

काळ्यावर सक्तीच्या चाली लादण्यासाठी पांढरा दुहेरी शह मारा करून बलिदानी शहानंतर एच १ हत्तीचा छुपा गनिमी शह मारा उघड करून काळ्यावर मात करतो.

उदा. १ घो ई ७ दु. शह, रा एच ८,
२ घो जी ६ शह, एच × जी ६
३ एच × जी ३ काटशह मात.

## स्थिती विश्लेषण

आकृती पंधरामधील स्थिती (पांढरी) लुईस वि. (काळी) सबीन यांच्यामध्ये (द. आफ्रिका येथे मंध १९६२ मध्ये) झालेल्या त्यांच्या डावातून घेतली आहे.

**आकृती क्र. : १५ (पांढऱ्याची खेळी आहे)**

आ. पंधरामधील स्थिती काहीशी असाधारण प्रकारे दीर्घ मुदतीची ईर अधिक छुप्या सुरुंगपेरणीचा समन्वय साधून केलेला सुसंघटित मारा दाखविते. तीन प्याद्यांविरुद्ध घोडा अशी सर्वसाधारण समान वस्तुनिष्ठ परिस्थिती असली, तरी स्थितीवाचक अनुकूलता पांढऱ्याकडे आहे. काळ्याच्या आंतरगोटात थेट ई ६ मध्ये घुसलेले पांढरे प्यादे काही दिव्य करू शकते का? की, संभाव्य एफ ४ ची चाल करून एफ ५ ची आगेकूच करून पांढरा डावावर वर्चस्व मिळवू शकेल का? परंतु सद्य परिस्थितीला अनुसरून तो पुढीलप्रमाणे परिणामकारक चाली करू शकतो. **उदा.**

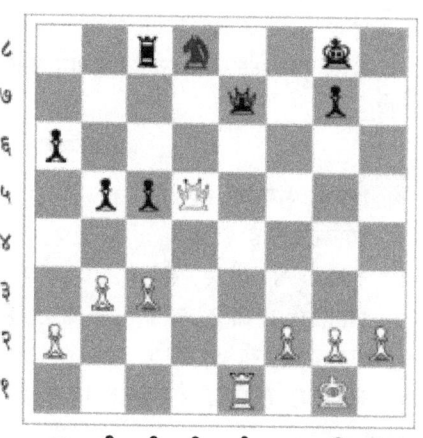

**१ व डी ७, व × डी ७; २ ई × डी ७, ह बी ८.**

(जेथे जर... ह सी ७ मग ३, ह ई ८ द्विघाती शह देऊन काळा घोडा मारता येतो.)

**३ ह ई ८ शह रा एफ ७;**

**४ एफ ४,** (आणि पांढरा हत्ती डी ८ मधील काळ्या घोड्याला, हत्तीसाठी दीर्घकाळ इरेस पकडू शकत असल्याने काळा हत्ती आणि घोडा स्थानबद्ध व अकार्यक्षम झाल्याने काळ्याची स्थिती अनुकंपनीय होते.)

आणि जर **४... घो सी ६, मग डी ८, या वजिरी करण्याच्या घराचे संरक्षणासाठी पांढरा छुपी सुरुंगपेरणी करतो.**

**उदा : ५ ह × बी ८, घो × बी ८**

**६ डी ८ = व** (तेव्हा सी ६ चा घोडा कार्यपीडित आहे, असे तुम्ही म्हणू शकता.)

यामुळे पांढऱ्या हत्तीने, काळा हत्ती आणि घोडा या दोघांनाही जणू कायमचे स्थानबद्ध करून ठेवलेले आहे. तेव्हा पांढरा आपल्या राजाच्या बाजूकडील प्याद्यांची आगेकूच करून त्यांचे रूपांतर नववजिरात करून अंती डाव सहज जिंकतो.

येथे आणखी एक पर्यायी चाल दिसते. उदा जर १... ह सी ७

मग २ व × सी ७, व × सी ७

३ ई ७, घो हलतो

४ ई ८ = व शह आणि पांढरा सहज जिंकतो.

अति पुढे गेलेल्या बढत प्याद्यामागे हत्ती असणे ही अत्यंत शक्तिशाली बाब आहे.

## स्वाध्याय पाठ

**स्थिती समस्या क्र. नऊ :**

(पांढरी) रा ई १, व ए ६, ह ए १, ह एच १, उं सी १, उं ई २, घो एफ १, प्यादी ए ४, बी २, सी ३, डी ४, एफ २, जी २, एच २.

**(काळी)** रा जी ८, व ई ७, ह बी ८, ह ई ८, उं डी ६, उं डी ७, घो एफ ६; प्यादी ए ७, सी ७, डी ५, एफ ७, जी ७, एच ७ **काळ्याची खेळी आहे.**

कोणत्या प्रकारच्या सुसंघटित माऱ्यांचा समन्वय साधून काळा सक्तीने मात करतो.

**समस्या नऊचे उत्तर :**

मोकळ्या ई पट्टीवरील पांढऱ्या उंटाला ईरेस पकडल्याने काळा त्यांचा पूर्ण लाभ घेण्यासाठी वजिराच्या बगलेवर, छुपा गनिमी काव्याचा हल्ला करण्यासाठी उंटाने दुहेरी हल्ला चढवतो. उदा. १... उं बी ५, २ ए × बी ५, व × ई २ मात होते.

## सुसंघटित मारा
## स्थिती - विश्लेषण

**आ. क्र. सोळामधील स्थिती :** (पांढरी) कॅटालिमोव वि. (काळी) इलिविटझेकी यांच्या १९५९ च्या फ्रुंझ येथील डावातून घेतलेली आहे.

ए बी सी डी ई एफ जी एच

**आकृती क्र. : १६**

आ. सोळामधील स्थितीचा सूक्ष्म अभ्यास करता, एक बाब स्पष्ट दिसते की, दोघांच्याही वजिरांना जोर नाही. जर का ई ५ चे पांढरे प्यादे अदृश्य झाले तर ज्या खेळाडूची चाल असेल तो विरोधी वजीर मारतो; परंतु पांढऱ्याने यासाठी जर १ ई × एफ ६? चाल केली तर ती त्याला आत्मघातकी ठरते. कारण, मग काळा, १... व × एच ५ ने पांढरा वजीर फुकटात मारतो. तेव्हा ही वस्तुस्थिती नीट ध्यानात ठेवून, पांढऱ्याने ई ५ चे प्यादे केवळ शहमारा करण्यासाठीच जर चालविले तरच काळ्या वजिरावरील छुपा गनिमी काव्याचा हल्ला उघडा पडतो. तेव्हा हे कसे शक्य होईल?

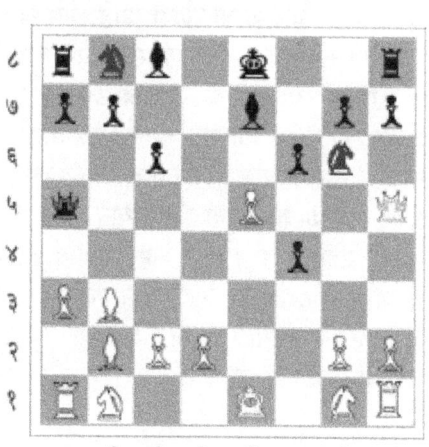

**१ उं एफ ७ शह! रा × एफ ७**

**२ ई ६ शह, रा × ई ६**

**३ व × ए ५** तेव्हा, पांढरा प्रलोभनाचा बलिदानी आक्रमक शहमारा करून काळा वजीर मारतो; परंतु यामध्ये काळ्याने जर पुढील पर्यायी चाली केल्यास **उदा.**
**१ उं एफ ७ शह, रा एफ ८**

**२ उं × जी ६ मग काळा एच × जी ६** ही चाल करण्यास धजावणार नाही. कारण मग ३ व × एच ८ शह या संभाव्य गनिमी काव्याचा हत्ती मारक शहदायी चालीतून छुपा शहमारक हल्ला पांढरा करतो. तेव्हा एच ८ च्या हत्तींचे संरक्षण करणारा जी ६ चा काळा घोडा मारून, गुप्त सुरुंगपेरणीत तो रूपांतर करतो. म्हणजे एच ७ चे प्यादे हत्तीसाठी ईरेस धरता येते. अशा कल्पनांची जाणीव ठेवून, खेळाडू सावधपणे खेळतोच असे नाही. तर अशा गोष्टी त्यांच्या इतक्या अंगवळणी पडलेल्या असतात की तो आपोआप अशा कल्पना प्रत्यक्षात उतरवतो.

## स्वाध्याय पाठ

**स्थिती समस्या क्र. दहा (पांढरी)** रा जी १, ह बी १, ह ई १, उं एच ६, घो एफ ६, प्यादी बी ३, सी ४, डी ४, एफ ४, जी ३, एच २, **(काळी)** रा एच ८, व सी ७ ह बी ८, ह ई ८, प्यादी ए ७, बी ६, डी ६, एफ ७, जी ६, एच ७, **पांढऱ्याची खेळी आहे.** नेमक्या कोणकोणत्या प्रकारच्या सुसंघटित माऱ्यांचा समन्वय साधून, पांढरा सक्तीने डाव जिंकतो?

**स्थिती समस्या क्र. दहाचे उत्तर :** प्रथम छुपी सुरुंगपेरणी करण्यासाठी हत्तीने हत्ती मारून शहमारा करून, पुढे उंटाने जी ७ मधून बलिदानी शहमाऱ्याचे प्रलोभनाने संभाव्य छुपा गनिमी काव्याचा हल्ला करण्यासाठी, राजाला जी ७ मध्ये आणून घोड्याचा द्विघाती शहमाऱ्याने काळा हत्ती मारून पुढे काळा वजीरही पांढरा मारतो. उदा. १ ह × ई ८ शह, ह × ई ८; २ उं × जी ७ शह, रा × जी ७; ३ घो × ई ८ द्विघाती शह, राजा हलतो; ४ घो × सी ७ काळा राजीनामा देतो. अशा रीतीने पांढरा केवळ उंट देऊन काळ्याचे मातब्बर हत्ती आणि वजीर मारून काळ्याचा कधीही भरून न येणारा वस्तुनिष्ठ नाश करतो, तेव्हा काळा राजीनामा देतो.

## सुसंघटित मारा
## स्थिती विश्लेषण

आ. क्र. सतरा स्थिती (पांढरी) बॉबी फिशर वि. (काळी) शॉर्क्रॉन यांच्या मार द प्लाटा १९५९ च्या डावातून घेतलेली आहे.

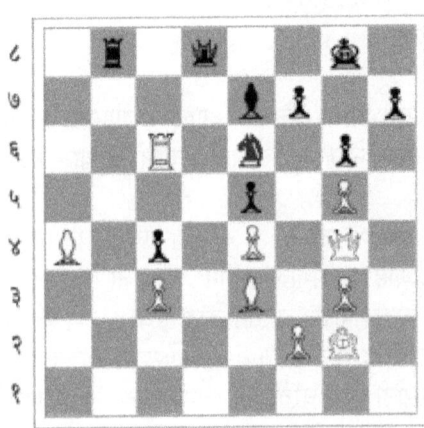

आ. क्र. सतराची स्थिती पाहून, अमेरिकेच्या लोकप्रिय १६ वर्षीय, ग्रॅ. मा. बॉबी फिशरने स्वाभाविकपणे **१ ह × ई ६,** ची चाल केली. त्यानंतर **१...,** **एफ × ई ६; २ व × ई ६** **शह, रा एफ ८; ३ व × ई** **५,** अशा चाली झाल्या असत्या तर मग काळ्याची स्थिती अनुकंपनीय होते. येथे मुख्य मुद्दा असा आहे की, काळ्याने १...

ए बी सी डी ई एफ जी एच
आकृती क्र. : १७ (पांढऱ्याची खेळी)

एफ × ई ६ ही उत्तरदायी चाल करण्याऐवजी **१..., व सी ८ ही चाल,** चतुराईने करून, अपेक्षित अनुकंपनीय स्थिती होऊ न देता पांढऱ्या वजिरासाठी हत्तीला ईरेस पकडता येते हे खरे; परंतु ही ईर राजासाठी नसून वजिरासाठी असल्याने परिपूर्ण (ॲबसोल्यूट) नाही. तेव्हा पांढरा हत्ती शहदायी चालीने हलू शकतो. याने काळ्याला अपेक्षित असणाऱ्या कृतीचे निराकरण करता येते; परंतु आता जर लगेच २ ह × जी ६ शह, एच × जी ६ याने पांढऱ्याला काही विशेष साधता येत नाही. तेव्हा येथे काळ्याचे अपेक्षित कार्य खंडित करणारी अशी उत्कृष्ट बलिदानी चाल पांढरा करतो. उदा. **२ उं डी ७!**

**आता काळ्याने डी ७ चा उंट मारला नाही, तर ईर मोडल्याने पांढरा हत्ती शहमारक चाल करतो. परंतु येथे काळ्याने पुढील चाल केली.**

**२..., व × डी ७** मग, पांढऱ्याने

**३ ह × जी ६ शह, एच × जी ६**

**४ व × डी ७,** अशा चाली केल्या, तेव्हा सापेक्ष ईर, काळ्याचे अपेक्षित कार्य वंचित करणे, छुप्या गनिमी काव्याच्या आविष्कारातून पांढऱ्याने हत्ती आणि उंट देऊन, काळ्याचा घोडा, २ प्यादी आणि वजीर मारून, घनिष्ठ वस्तुनिष्ठ लाभ मिळविला. त्याशिवाय निर्णायक स्थितीवाचक वर्चस्व मिळवून तो अंती डाव सहज जिंकतो. यामधली छोट्या बॉबी फिशरचे चातुर्य, हिकमती हुकमी डावपेच करण्याचे कौशल्य वाखाणण्यासारखे आहे.

## स्वाध्याय पाठ

### स्थिती समस्या क्र. अकरा

**(पांढरी)** रा एच १, व एच ६ उं डी ४, प्यादी सी ३, एफ २, जी२, एच ३ **(काळी),** रा जी ८ व ए ३, घो डी २, प्यादी सी ६, एफ ७, जी ६, एच ७ **काळ्याची खेळी आहे.** नेमक्या कोण कोणत्या सुसंघटित माऱ्याचा समन्वय साधून काळा धनिष्ठ वस्तुनिष्ठ लाभ मिळवून निर्विवाद स्थिती वर्चस्व मिळवितो?

### स्थिती समस्या क्र. अकराचे उत्तर : काळा

प्रथम शहमारा करून यशस्वीपणे गुप्त सुरुंगपेरणी करतो आणि मग पांढऱ्या वजिरावरील छुपा मारा उघडा करण्यासाठी घोड्याचा शहमारा करून पांढरा वजीर मारून अंती पांढऱ्याचा घनिष्ठ वस्तुनिष्ठ तोटा करून निर्विवादपणे स्थिती वर्चस्व मिळवितो. मग तो सहज डाव जिंकतो. उदा.

१..., व सी १ शह,

२ रा एच २, घो एफ १ शह,
३ रा जी १ व × एच ६

## सुसंघटित मारा
### स्थिती विश्लेषण

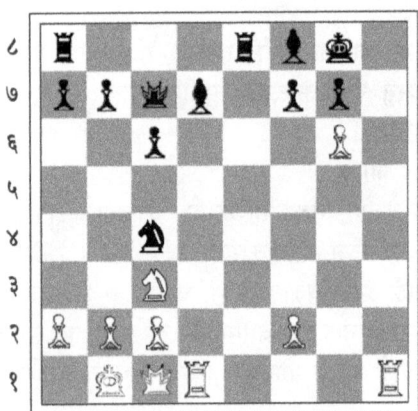

आकृती क्र. अठराची स्थिती : मन्नीनर वि. ए. एन. आदर यांच्या रजिनेस्बर्ग येथे १९१२ सालच्या डावातून घेतलेली आहे. ही स्थिती आतापर्यंत झालेल्या स्थिती समस्यांहून अगदी सोपी आणि सरळ आहे आणि काळ्याला सहज हरवता येते. कसे ते तुम्हाला नाही जमल्यास पुढे पहा.

**आकृती क्र. : १८**
**(पांढऱ्याची खेळी आहे)**

१ ह एच ८ शह! रा × एच ८;

२ ह एच १ शह, रा जी ८;

३ ह एच ८ शह, रा × एच ८;

४ व एच १ शह, रा जी ८;

५ व एच ७ शह मात होते! यामध्ये पांढऱ्याचे प्रज्ञादीपक चातुर्य आहे का? नाही, ही नेहमीची गतिवाढीच्या बलिदानाची फलश्रुती होय. काळ्या राजाला जणू सी - सॉ. वर मजेत बसवून म्हणजे एका पाठोपाठ एक हत्तींचे विजिगीषू बलिदान करून, पांढऱ्याने अंती डाव सहज जिंकला आहे.

### स्वाध्याय पाठ

**स्थिती समस्या क्र. बारा (पांढरी)** रा बी १, व डी १ ह ई २, ह एच १, प्यादी ए ३, बी २, सी २, डी ५, जी २, एच ३, **(काळी)** रा जी ८, व डी ७, ह सी ८, ह ई ७, प्यादी ए ६, बी ७, डी ६, एफ ७, एफ ६, एच ७ **पांढऱ्याची खेळी आहे.** नेमक्या कोणकोणत्या सुसंघटित माऱ्यांचा समन्वय साधून पांढरा जिंकतो?

**स्थिती समस्या बाराचे उत्तर :** पांढरा प्रथम गुप्त सुरुंगपेरणी करून, पुढे द्विघाती हल्ला करून अंती सहज डाव जिंकतो. उदा :

१ ह × ई ७, व × ई ७

२ व जी ४ शह, रा एफ ८

३ व × सी ८ शहाने पांढरा सी ८चा हत्ती फुकटात मारतो मग वजीर + हत्तीच्या साहाय्याने काळ्यावर सहज मात करतो.

## सुसंघटित मारा
## स्थिती विश्लेषण

आ. क्र. एकोणीसमधील स्थिती, फ्राईडमन, वि. व्हिडमर यांच्या १९३४ मध्ये बुडापेस्ट येथील डावातून घेतली आहे.

आकृती एकोणीसची क्लिष्ट व गुंतागुंतीची स्थिती दाखवते. पांढऱ्याने नुकतीच असाधारण अशी १ घो सी × डी ५ ची चाल केली आहे.

आता काळ्याने तो घोडा गारद करण्यासाठी जर १...,  घो × डी ५ ही चाल केली तर मग पांढरा २ व × एच ७ मात करतो तेव्हा एफ ६ च्या घोड्याला एच ७ च्या प्याद्याच्या संरक्षणा-साठी गुंतून राहावे लागते.

समजा आता काळ्याने **१...,  ई × डी ५** ची चाल केली तर मग पांढरा **२ घो × डी ७,** ही चाल करतो. तेव्हा काळ्या एफ ६ च्या कार्यपीडित घोड्याचा बोजा हलका करण्यासाठी काळा **२...,  व × डी ७ खेळतो.**

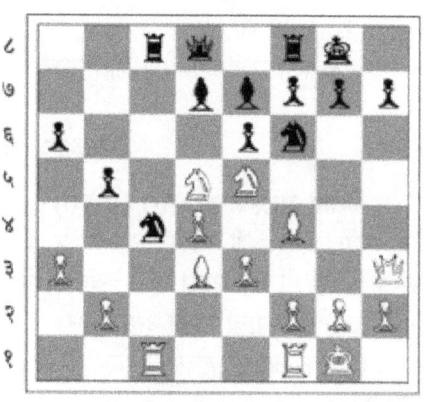

कारण : २ घो × डी ७ नंतर काळ्याने जर डी ७ च्या पांढऱ्या घोड्यास गारद केले नाही, तर पांढरा ३ घो × एफ ६ शहमारा करण्याचा धाक देतो आणि लाभदायक मारामारी करतो.

(कारण जर २...,  घो × डी ७ मग ३ व × ए एच ७ मात होते.)

**३ उं × एच ७ शह, रा एच ८** (येथे जर ३...,  घो × एच ७ मग ४ व × डी ७)

एए बी सी डी ई एफ जी एच
ए बी सी डी ई एफ जी एच

**आकृती क्र. : १९**

**(काळ्याची खेळी आहे)**

४ उं एफ ५ काटशह, रा जी ८; ५ उं × डी ७)

हे सारे जाणून, काळा, तो घोडा न घेण्याचे ठरवतो. आता त्याला पुढील संभाव्य धाकदडपशाही थांबवावयाची आहे.

उदा. २ घो × एफ ६ शह, उं × एफ ६

मग ३ व × एच ७ मात, हे काळ्याला नको असते.

आता १..., एच ६ मग २ घो × एफ ६ + १ उं × एफ ६; ३ उं × एच ६, जी × एच ६, ४ व × एच ६, (येथे जर ४..., ह ई ८; मग ५ उं एच ७ शह, रा एच ८; ६ उं जी ६ काटशह, रा जी ८; ७ व एच ७ शह, रा एफ ८; ८ व × एफ ७ मात होते.)

वरील सारे जाणून काळा पुढीलप्रमाणे प्रयत्न करतो. **१..., जी ६ २ घो × ई ७ शह, व × ई ७**

**३ उं × सी ४, ह × सी ४**

**४ ह × सी ४, बी × सी ४,**

**५ उं जी ५,** ने काळा वजीर ईरीस पकडला जातो. तेव्हा एक काळे मोहरे पांढरा फुकटात मारू शकतो. कारण तो–

(अ) ६ उं × एफ ६, व × एफ६; ७ घो × डी ७ ने मोठा हत्ती किंवा वजीर मारतो.

(ब) ६ घो × डी ७, व × डी ७

मग ७ उं × एफ ६

(क) ६ घो जी ४,

काळ्याला राजीनामा देणे भाग पडते.


### स्वाध्याय पाठ

**स्थिती समस्या क्र. तेरा (पांढरी) :** रा बी १, व ई २, ह डी १, घो जी ३, प्यादी ए २, बी २, सी ३, जी २, एच २, **(काळी)** रा जी ८, व ई ५, ह ई ७, उं डी ७, प्यादी ए ६, बी ५, एफ ७, जी ६, एच ७.

(अ) पांढऱ्याची खेळी असेल तर

(ब) काळ्याची खेळी असेल तर सक्तीने वस्तुनिष्ठ लाभ कसा मिळविता येईल?

**स्थिती समस्या क्र. तेराचे उत्तर :**

(अ) पांढऱ्याची खेळी असेल तर कार्यपीडित हत्तीला हलविण्यास भाग पाडून

काळा उंट फुकटात मारू शकतो. उदा : १ व × ई ५, ह × ई ५, २ ह × डी ७.

(ब) काळ्याची खेळी असेल तर १..., व × ई २,

२ घो × ई २, उं जी ४ ने रेषाघातात एक पांढरे मोहरे काळा फुकटात घेऊ शकतो.

उदा. ३ ह डी २, उं × ई २...

# ८. किल्लेकोटातील राजावरील हल्ले

आपण जेव्हा राजावर हल्ला चढविण्याची मोहीम आखतो, ती बुद्धिबळ सैन्य गारद करून, वस्तुनिष्ठ लाभ मिळविण्याच्या प्रयत्नाहून अगदी भिन्न अशी असते.

इतर मोहऱ्याहून, राजाचे मोहरे हे अगदी संथगती असून, ते (बुद्धिबळ खेळ्याच्या दृष्टीने) अमोल असे आहे की, त्याच्यासाठी कोणत्याही बुद्धिबळ दलाच्या बलिदानाने किंमत मोजावी लागली तरी ती कमीच असते. अशी दोन्ही लक्षणे एकमेकांत गुंफलेली असतात.

राजाच्या अमोल किमतीमुळे त्याला सुरक्षित स्थळी ठेवतात आणि मग त्याच्या स्वाभाविक संथगतीहून तो जास्ती स्थिर होतो. राजाची अमूल्य किंमत आणि त्याच्या अशा प्रकारच्या नमुनेदार किल्लेकोटाच्या आकृतिबंधाच्या संयोगात आकृतिबंधातील असणाऱ्या राजावर, डाव मध्यात मात उद्‌भवक नमुनेदार हल्ले चढविता येतात.

किल्लेकोटातील राजावरील मात निदर्शक मुख्य प्रकार पुढे दाखविले आहेत. खेळाडूंनी या प्रकाराचा नीट डोळसपणे अभ्यास केल्यास त्यांना डाव खेळताना उद्‌भवणाऱ्या काही स्थितींतून नेमके काय साधता येईल, याची नीट कल्पना येईल. येथे एक बाब स्पष्ट कराविशी वाटते, ती म्हणजे पुढे जे काही मार्गदर्शन केले आहे, त्यामुळे कठीण गोष्टी सोप्या करता येणार नाहीत; परंतु जास्ती कठीण वाटणाऱ्या गोष्टी कमी कठीण केल्या जातील आणि बऱ्याच स्थिती समस्या सोडविण्यासाठी सर्वसाधारण सूत्रे सांगण्यात येतील.

मात निदर्शक प्रकारांची निश्चिती करण्यास, कोणती रूपलक्षणे कारणीभूत असतील तर ती म्हणजे किल्लेकोटाच्या राजापुढील असणारी प्यादी रचना ही होय. तेव्हा आपण बचावात्मक प्यादी रचना मुख्यत्वे अभ्यासून पाहू.

आता, किल्लेकोट राजाच्या बाजूकडे केलेला आहे, असे आपण गृहीत धरू.

**किल्लेकोटाची प्यादी चालविली नाहीत.**

सर्वोत्कृष्ट बचावाची स्थिती म्हणजे एफ २ / एफ ७, जी २ / जी ७ आणि एच २ / ए ७ या किल्लेकोटाची प्यादी चालविली नसणारी स्थिती होय. तशात एफ ३ / एफ ६ मधील घोड्याची उपस्थिती किल्लेकोटाला बळकटी आणते.

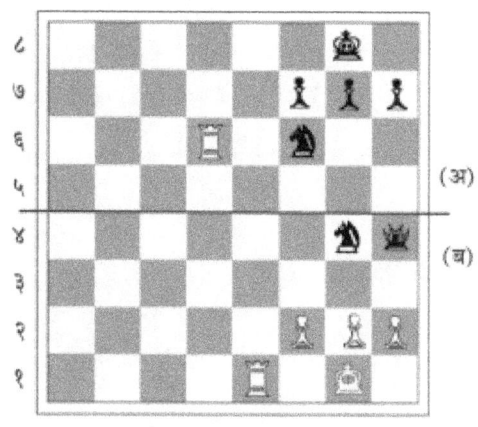

ए बी सी डी ई एफ जी एच

**आकृती क्र. : २०**

तसे पाहता, अशा स्थितीत तत्काळ धोका म्हणजे पिछाडीच्या रांगेतून उद्‌भवणारी मात होय. पुढे दिलेली आकृती क्र. वीस (अ) पहा.

पांढऱ्याची खेळी आहे. सतरा (ब) काळ्याची खेळी आहे.

आ. क्र. वीस (अ) मध्ये; पांढरा दोन चालीत मात करतो.

१ ह डी ८ शह, घो ई ८

२ ह × ई ८ मात होते.

पिछाडीच्या रांगेतून केलेली मात कित्येक सुसंघटित माऱ्यामधील महत्त्वाचा भाग ठरते. एखादे मोहरे कार्यपीडित होते. कारण त्याला पिछाडीच्या रांगेतून होणाऱ्या संभाव्य मात विरुद्धच्या बचावासाठीही त्याची आवश्यकता खेळाडूला अधिक असते. उदा. आ. क्र. अकरा (अ) पहा : या कल्पनेचे निरनिराळे भेद खेळाडूच्या अनुभवास वरचेवर येतात. अशा प्रकारच्या बचावात्मक स्थितीला भेदण्यासाठीचे सर्वसाधारण सूत्र म्हणजे एफ ३/ एफ ६ च्या घोड्याचे उच्चाटन करणे. उदा (अदलाबदलीने किंवा) किल्लेकोटाच्या प्याद्याला सक्तीने हलविण्यास भाग पाडणे. अशा प्रकारातून विजय प्राप्त करून कसा घ्यावयाचा याचे प्रात्यक्षिक आकृती क्र. एकोणीसमधून दाखविले आहे. या स्थितीत विजय प्राप्त करून घेण्याची गुरुकिल्ली म्हणजे कार्यपीडित एफ ६ च्या घोड्यावरील निर्घृण हल्ला होय, याचे प्रत्यंतर येते.

एफ ३ / एफ ६ मध्ये घोडा नसणाऱ्या किल्लेकोटाची स्थिती ही थोडी कमजोर असते. यामध्ये मुख्य धोका उद्‌भवतो, तो एच २ / एच ७ प्याद्याला. अशा या प्याद्यावर जारी असणारा वजीर अधिक घोडा किंवा उंटाचा दुहेरी हल्ला सर्वसाधारणपणे दिसून येतो.

आ. क्र. वीस (ब) मध्ये अशा प्रकारे वजीर अधिक घोड्यानिशी चढविलेला दुहेरी हल्ला दाखविला आहे. यामध्ये एच २ पेक्षा एफ २ वरील काळ्या वजिराचा हल्ला निर्णायक ठरतो. पुढे दिलेल्या आकृती क्र. एकवीसमध्ये बलिदान करून कसा विजय मिळविता येतो हे दाखविले आहे.

(१) उं × एच ७ शह, रा
× एच ७ (येथे जर १...,  रा
एच ८ मग पांढऱ्याच्या दृष्टीने
सरस स्थिती उद्भवते)

(२) घो जी ५ शह, रा जी
८ (येथे जर २...,  रा जी ६ मग
३ व डी ३ शह, एफ ५; ४ ई
× एफ ६ (वा. मा.) शह, मग
पांढरा सहज जिंकतो.)

(३) व एच ५, ह ई ८;

(४) व × एफ ७ शह, रा
एच ८;

(५) व × एच ५ शह, रा
जी ८;

(६) व एच ७ शह, रा एफ ८;

(७) व एच ८ शह, रा ई ७,

(८) व × जी ७ मात.

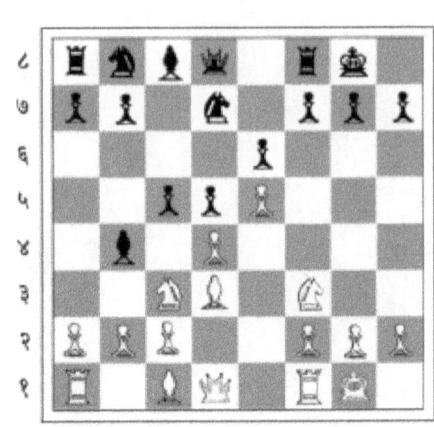

ए  बी  सी  डी  ई  एफ  जी  एच
आकृती क्र. : २१ (पांढऱ्याची खेळी आहे)

### स्वाध्याय पाठ

**स्थिती समस्या क्र. चौदा (पांढरी) :** रा जी १ व एच ५, ह ई १, ह जी
३, उं जी ५, घो ई३, प्यादी ए ३, बी ४, डी ४, एफ २, जी २, एच २ :
**(काळी)** रा जी ८, व बी ५, ह ए ८, ह ई ८, उं बी ७, घो एफ ८, प्यादी ए
७, डी ६, ई ६, एफ ७, जी ७, एच ६, काळ्याने नुकतीच..., एच ६ ची चाल
करून एक पांढरे मोहरे (फुकटात) मारण्याचा बेत केलेला दिसतो. आता पांढऱ्याची
खेळी आहे. तो नेमक्या कोणकोणत्या प्रकारच्या सुसंघटित माऱ्याचा समन्वय
साधून अंती बाजू उलटवू शकतो?

**स्थिती समस्या क्र. चौदावे उत्तर :** पांढरा प्रथम सुरुंगपेरणी करून,
प्रलोभन दाखवून, शह, काटशहांचा ससेमिरा लावून डाव उलटवतो. कसे ते पहा :

१ उं एफ ६!, व × एच ५

२ ह × जी ७ शह, रा एच ८;

३ ह × एफ ७ काटशह, रा जी ८

४ ह जी ७ शह, रा एच ८

५ ह जी ५ काटशह, रा एच ८;

६ ह × एच ५ ने पांढरा हत्ती, काळ्याचा वजीर मरतो, तसेच काळ्याचा किल्लेकोट उद्ध्वस्त करून डावावर निर्णायक स्थितीवाचक लाभ मिळवून अंती तो सहज डाव जिंकतो.

## किल्लेकोटाचे 'एच' प्यादे पुढे चालविले असल्यास

(२) किल्लेकोटाची एफ २ / एफ ७, जी २ / जी ७, आणि एच ३ / एच ६, मधील प्यादी रचना :

अशी ही एक चांगली प्यादी रचना आहे, यामुळे पुढीलप्रमाणे फायदे होऊ शकतात.

(म) एच २ / एच ७ या घरावर जर विरोधी बुद्धिबळ दलाचा मारा जारी नसेल तर मग, राजाला (एच २ / एच ७) या घरामध्ये पलायन घराचा आसरा मिळत असल्याने पिछाडीच्या रांगेतून होणाऱ्या मातचा धाक नसतो. यामध्ये काही तोटेही संभवतात. उदा. (एक) एच ३ / एच ६ चे प्यादे लक्ष्य बनते. उदा. पांढरा सी

१ मधील उंटाने एच ६ चे प्यादे मारून उंटाचे बलिदान करून किल्लेकोट फोडतो. तेव्हा काळ्याच्या दृष्टीने जी ६ चे घर कमकुवत बनते. तेव्हा पांढऱ्याने जर एफ ७ चे प्यादे उंटाने ईरीस पकडले, तर तो **व जी ६** ची आक्रमक चाल करतो. याचे प्रत्यंतर पुढील आ. क्र. बावीस मध्ये दिसून येईल.

पांढरा पुढीलप्रमाणे आक्रमक बलिदानी चाल करून चढाई करतो.

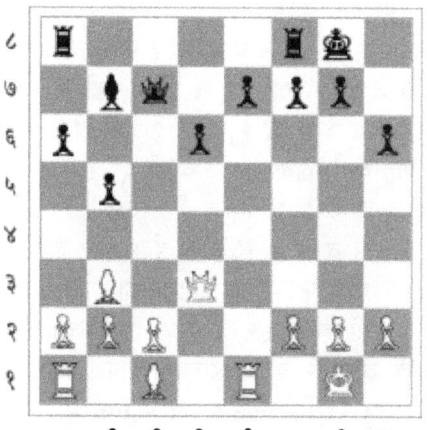

ए बी सी डी ई एफ जी एच
आकृती क्र. : २२ (पांढऱ्याची खेळी आहे)

१) उं × एच ६, (ने काळे प्यादे गारद करतो तेव्हा जर काळ्याने **१....., जी × एच ६** ची चाल केल्यास पांढरा

(२) व जी ६ शह, रा एच ८, (३) व एच ६ शह, रा जी ८, (४) ह ई ३, आणि मग पांढरा पुढील धाक देतो. (५) ह जी ३ शह किंवा (५) व जी ६ शह, रा एच ८, (६) ह एच ३ मात.

अशी शक्यता असली, तरीही वरील (२) मध्ये दाखविलेली प्यादी रचना वर उल्लेखिलेल्या (म) मुळे, मूलभूत दृष्टिकोनातून सुदृढ अशी प्यादी रचना आहे.

## स्वाध्याय पाठ

**स्थिती समस्या क्र. पंधरा (पांढरी)** रा एच १, व डी ३, ह ए १, ह बी ४, उं एफ ३; प्यादी ए ३, बी २, डी ५, जी २, एच २; **(काळी)** रा जी ८, व ई ५, ह ई ८ ह ए ८, उं डी ७, प्यादी बी ७, बी ६, एफ ७, जी ७, एच ६, **काळ्याची खेळी आहे.** काळा नेमका कोणत्या प्रज्ञादीपक सुसंघटित माऱ्याचा समन्वय साधून सक्तीने डाव जिंकतो, ते पर्यायी चालींसह सांगा?

**स्थिती समस्या क्र. पंधराचे उत्तर :** या स्थितीत काळ्याने जर १..., व ई १, शह? ची चाल केली आणि पांढऱ्याने घाईघाईत जर २, ह × ई १? चाल केल्यास काळा २..., ह × ई १, मात करतो, पांढरा हे जाणून २ व एफ १ ची चाल करतो, तेव्हा काळ्याला त्याचे अंतिम मातचे उद्दिष्ट गाठता येत नाही. काळ्याने, हे सारे जाणून पुढीलप्रमाणे हिकमती हुकमी सुसंघटित माऱ्याचा आविष्कार केला.

**१..., ह × ए ३!!!** २ पांढरा राजीनामा देतो. कारण जर **२ बी × ए ३, व × ए १ शह; ३ व डी १, डी व × डी १ शह**

**४ उं × डी १, ह ई १** मात होते किंवा जर २ व × ए ३, व ई १ शह! शह वगैरे किंवा जर २ व डी १, ह × ए १

३ व × ए १, व ई १ शह

४ व × ई १, ह × ई १ मात होते.

तेव्हा पांढऱ्याच्या पिछाडीच्या रांगेतून मात होण्याचे हे उदाहरण उत्कृष्ट आहे.

ही स्थिती १९६५ मध्ये, रशियाच्या ३३व्या अजिंक्यपद स्पर्धेतील पिकनेस वि. ब्रॉन्स्टिन यांच्या डावातून घेतली आहे.

**(३) किल्लेकोटाच्या - एफ २ / एफ ७ : जी ३ / जी ६, एच २ / एच ७.**

अशा प्रकारची प्यादी रचना चांगली की, वाईट? किल्लेकोटाची अशी प्यादी रचना असताना, बचाव करणाऱ्या खेळाडूचा उंट जी २ / जी ७ मध्ये आहे की नाही. हे अगदी कटाक्षाने जाणून घेतले पाहिजे. जर तो असेल तर मग, तो उत्कृष्ट बचाव ठरतो; पण जर तसा तो नसेल तर मात्र किल्लेकोटाची सर्व प्यादी एकाच रंगाच्या घरातील असल्याने दुसऱ्या रंगातील घरे असुरक्षित असल्याने स्थिती वाईट असते. पुढील आ. क्र. तेवीस पहा.

आ. क्र. तेवीस मध्ये, जी ७ मध्ये उंट असणारी काळ्याच्या किल्लेकोटाची प्यादी रचना समाधानकारक आहे. त्यामुळे पांढऱ्याला त्यावर हल्ला करण्यास कमी वाव मिळतो. याउलट पांढऱ्याची स्थिती आहे; कारण किल्लेकोटाजवळील

पांढऱ्या घराची स्थिती कमकुवत आहे आणि आता जर का काळ्याची खेळी असेल तर तो तत्काळ जिंकतो. उदा. **१..., व सी ६, (पुढे २..., व जी २, किंवा व एच १ ने मातची दहशत देतो) आता जर**

**२ रा एफ १, व जी २ शह;**

**३ रा ई २, उं एफ ३ मात होते.**

**आकृती क्र. : २३**

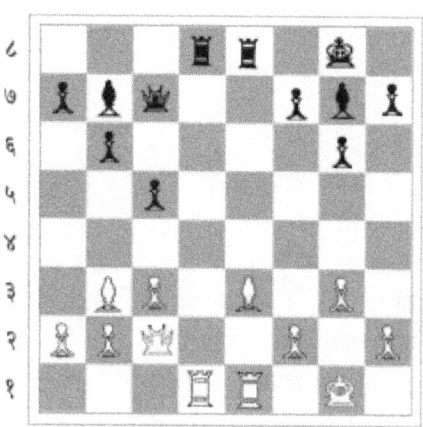

अशा प्रकारचा कमकुवतपणा असला तर त्याच्या अशा स्थितीचा फायदा घेऊन, बरेच सुसंघटित माऱ्यांचे प्रकार उद्भवू शकतात. त्यातून मातकारक बऱ्याच प्रकारांचा अभ्यास करणे उपयुक्त ठरते.

पुढील आ. क्र. चोवीस पहा :

आ. क्र. चोवीस (अ)मध्ये एक मूलभूत प्रकार दाखविला आहे. यामध्ये काळ्याला जर 'सी ८'मध्ये उंट किंवा वजीर वेळीच आणता आला नाही, तर मग पांढरा व बी ७ मात करतो. (तेव्हा सी ८ मध्ये काळा उंट / वजीर असता तर ही मात टाळता येते.)

आ. क्र. चोवीस (ब) उंटाचे काम प्यादेही करू शकते हे दाखवले आहे.

आ. क्र. चोवीस (क) मध्ये, व ए १ किंवा व बी २ शह मातची दहशत दिली आहे. (येथे पांढरा राजा जर सी १ मध्ये असेल तर मग तो पलायन घरातून सुटू शकतो, ही बाब नीट ध्यानात ठेवावी.)

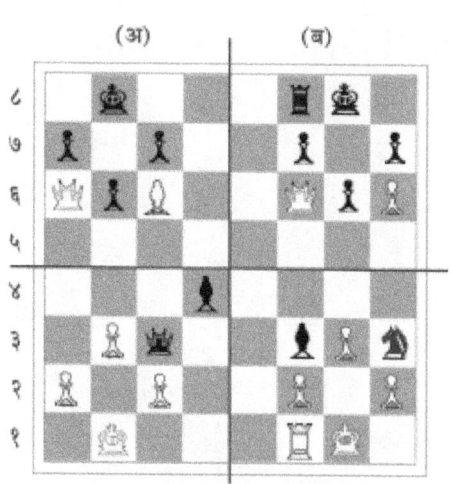

**(क) आकृती क्र. : २४ (ड)**

आ. क्र. चोवीस (ड)

प्रथम दृष्टिक्षेपात ही स्थिती आश्चर्यकारक वाटते; परंतु उंट आणि घोड्यानिशी मात करणे ही बाब असाधारण नाही.

## स्वाध्याय पाठ

**स्थिती समस्या क्र. सोळा : (पांढरी)** रा जी १, व बी ४, ह ए ५, ह ई १, घो ई ५, प्यादी बी २, डी ४, ई ४, एफ २, जी २, एच २, **(काळी)** रा जी ८, व जी ५, ह डी ८, ह ई ८, उं डी ५, प्यादी ए ६, बी ७, एफ ७, जी ७, एच ७ **काळ्याची खेळी आहे,** कोणत्या हिकमती सुसंघटित माऱ्याच्या आविष्काराने काळा जिंकतो?

**स्थिती समस्या क्र. सोळाचे उत्तर :** काळा पुढीलप्रमाणे प्रलोभनाचे आमिष दाखवून अंती डाव जिंकतो उदा. **१...., उं × ई ४!, २ ह × ई ४, ह × डी ४, ३ घो एफ ३ (आता येथे जर ३ व × डी ४ मग व सी १ शह वगैरे) ३...., ह ई × ई ४, ४ पांढरा राजीनामा देतो.** कारण पिछाडीच्या रांगेतून होणारी मात पांढऱ्याला टाळता येत नाही. ही समस्या १९६७ मध्ये चेरेपकोव वि. साझिनोव यांच्या डावातून घेतलेली आहे.

## (तीन) किल्लेकोटाची प्यादी

**शेजारी दिलेली आ. क्र. पंचवीस पहा.**

आ. क्र. पंचवीस (अ) मध्ये पांढऱ्याने जर पुढीलप्रमाणे खेळी केली, तर उदा. १ व ए ६, मग, ह बी ८ २ ह ए ३, (तेव्हा काळा पुढीलप्रमाणे यशस्वीपणे बचाव करू शकतो.) २... व : सी ६ शह देऊन पुढे ३... व बी ७ हे जाणून, पांढरा, पुढीलप्रमाणे हिकमती बलिदान करून डाव जिंकतो उदा. १ व ए ६, ह बी ८; २ व × ए ७: रा × ए ७ ३ ह ए ३ मात होते. अशा प्रकारची कल्पना बऱ्याच डावात पहावयास मिळते.

वरील कल्पनेप्रमाणे आकृती पंचवीस (ब) मध्येही जिंकता येते.

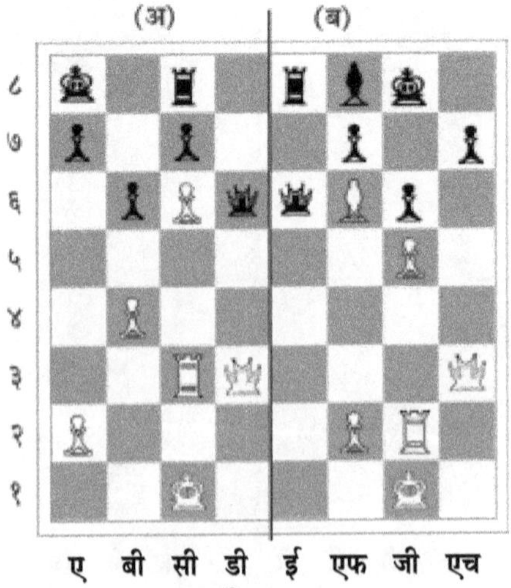

(अ)     (ब)

ए बी सी डी ई एफ जी एच

आकृती क्र. : २५

**उदा.-** १ व × एच ७ शह, रा × एच ७; २ ह एच २ शह, रा जी ८; ३ ह एच ८ मात, अशा तऱ्हेने उंट अधिक हत्तीने केलेली मात ही एफ २ / एफ ७, जी ३ / जी ६; एच २ / एच ७ अशा प्रकारे किल्लेकोटाची प्यादी रचना असताना महत्त्वाची ठरते.

**आ. क्र. सव्वीसची स्थिती** अगदी निर्धोक भासते; परंतु समजा, काळ्याला त्याचा जी ७ मधला उंट राखून ठेवावा असे वाटते, तेव्हा तो १..., उं एच ८ ची चाल करतो (आणि फसतो); कारण २ घो डी ५ अशी पांढरा दुहेरी दहशतदायी चाल करतो.

उदा. पांढरा ३ व × ए ५ ने काळा वजीर मारतो किंवा घो ई ७ ने निर्णायक शह मात करतो. असा आहे हा उपरोधिक सुसंघटित माऱ्याचा बडगा. कारण उत्कृष्ट

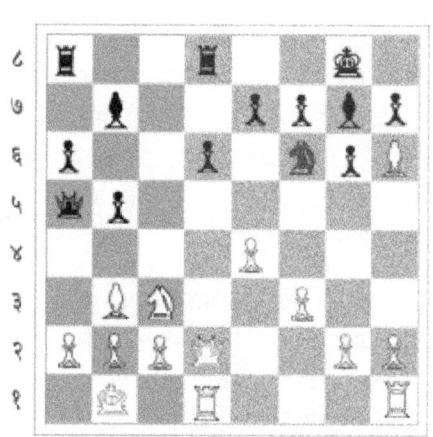

ए बी सी डी ई एफ जी एच
**आकृती क्र. : २६**

बचावाला साथ देणारा जी ७ चा उंट एच ८ मध्ये नेऊन वाचविण्याच्या काळजीने काळ्याने उं एच ८ ची घोडचूक करून स्वतःच्या हाताने पायावर धोंडा मारून घेतला.

**आता आ. क्र. सत्तावीस पहा.**

आ. क्र. सत्तावीसमध्ये पांढरा घोडा सी ६ / एफ ६ मध्ये प्याद्याच्या जोरात दूर मोर्चा बांधून बसतो म्हणून पांढऱ्याला घोडा अधिक हत्तीने मात करणे सहज फावते. आ. क्र. सत्तावीस (अ) मध्ये १ ह × ए ७ शह मात होते. कारण सी ८ मध्ये काळा

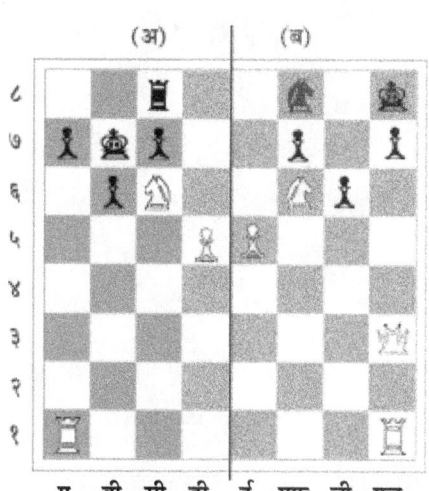

(अ)　　(ब)

ए बी सी डी ई एफ जी एच
**आकृती क्र. : २७**

हत्ती आहे म्हणून, परंतु तो हत्ती जरी नसला तरीही पांढरा मात करतो. उदा. १ ह
× ए ७ शह, रा सी ८; २ ह ए ८ शह पुढे ह बी ८ शह किंवा ह डी ८ शह.

आ. क्र. सत्तावीस (ब) मध्ये पांढरा दोन चालीत मात करतो. १ व × एच
७ शह, घो × एच ७, २ ह × एच ७, मात होते.

एच २ / एच ७ एफ २ / एफ ७ अशी प्यादी रचना धोकादायक असते;
परंतु कधी कधी ती अटळ असते, तेव्हा त्यातून कोणते धोके उद्भवू शकतात हे
तुम्ही जाणून घेणे अत्यावश्यक ठरते. मात उद्भवक स्थिती उभारण्यासाठी समयोचित
सुसंघटित माऱ्याची योजना कशी आखावी याचेही परिपूर्ण ज्ञान आवश्यक ठरते.
आतापर्यंत (एक), (दोन), (तीन) यामध्ये किल्लेकोटाच्या या तीन प्याद्यांच्या
मुख्य रचनांचा अभ्यास केला आहे. आता पुढे यामधील एखाद दुसरे प्यादे नसताना
काय होते ते पाहू.

## (चार) किल्लेकोटाचा एफ २ / एफ ७

या प्याद्याच्या अनुपस्थितीने फारसा फरक पडत नाही. अर्धमोकळ्या एफ
पट्टीवर हत्तीचा मोर्चा उभारण्यासाठी एक प्याद्याची अनुपस्थिती उपयुक्त ठरते.
यामध्ये मुख्य धोका संभवतो तो जी १-ए ७ (किंवा ए २ - जी ८) या उघड्या
कर्णावरून विरोधी वजीर अधिक
उंटाच्या माऱ्याचे भय मात्र असते.
उदा : आ. क्र. अठ्ठावीस (अ)
पहा :

पांढरा राजा काळ्या
हत्तीच्या ए पट्टीत आणि बी १-
एच ७ कर्णावरील उंटाच्या
पेचात अडकला आहे. तेव्हा या
पट्टीवरून मात होण्याचा धोका
असतो. **उदा. १... ह × ए २**
**शह, २ रा × ए २ व ए ४**
**मात होते.**

अशा स्थितीत आणखी दोन
नमुनेदार मारक शहाचा प्रकार
उद्भवतो. उदा. आ. क्र. अठ्ठावीस

(अ)  (ब)

ए बी सी डी ई एफ जी एच
आकृती क्र. : २८

(ब) पहा. यामध्ये पांढऱ्या घोड्याने एफ ७ मधून जर शह दिला तर काळा राजा
जी ८ मध्ये ए २ - जी ८ या छुप्या वजिराच्या कर्णमार्गावर सक्तीने आणला जातो,

तेव्हा घोडा हालवून वजिराचा छुपा काटशह देऊन नुकसान करू शकतो. उदा : १ घो एफ ७ शह, रा जी ८, २ घो एच ६ दुहेरी शह, रा एच ८, ३ व जी ८ शह, ह × जी ८; ४ घो एफ ७ शह देऊन चिरडणारी (स्मॉदर्ड भेट) मात करता येते.

## सुसंघटित मारा

**(पाच) किल्लेकोटाचे जी २ / जी ७ प्याद्याची अनुपस्थिती,** ही अत्यंत गंभीर बाब ठरते. एफ २ / एफ ७, जी ३ / जी ६, एच २ / एच ७ अशा किल्लेकोटाच्या प्यादी रचनेतून उद्‌भवू शकणाऱ्या सर्व सुसंघटित माऱ्यांचा धोका जी २ / जी ७ प्यादी नसतानाही अनुभवास येतो. याशिवाय मोकळ्या जी पट्टीतून होणाऱ्या माऱ्यांचेही भय असतेच. यामध्ये महत्त्वाची गोष्ट म्हणजे पांढरा हत्ती जी ३ मध्ये आणि उंट एफ ६ मध्ये असताना काळा राजा जी ८ किंवा एच ८, हत्ती एफ ८ आणि प्यादी एफ ७, एच ७ असावे लागतात. त्याचे नमुनेदार उदा. आ. एकोणतीसमध्ये दाखविले आहे, ज्यामध्ये जी ७ प्यादे बलिदानाने मारून अंती डाव जिंकता येतो.

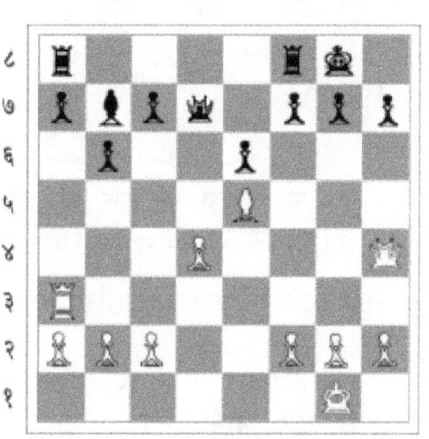

**ए बी सी डी ई एफ जी एच**

**आकृती क्र. : २९ (पांढऱ्याची खेळी आहे)**

आ. एकोणतीसमधून पांढरा पुढीलप्रमाणे आक्रमक बलिदानी चाल करून अंती डाव जिंकतो.

**१ व एफ ६! जी × एफ ६;**

**२ ह जी ३ शह, रा एच ८;**

**३ उं × एफ ६ मात होते.**

यामध्ये एक बाब ध्यानात ठेवावी की, १ उं × जी ७ ही चाल तितकीशी समयोचित नाही. कारण मग काळा १..., एफ ६! ची चाल करून निसटू शकतो. (येथे आता काळ्याने १..., रा × जी ७ टाळावे मग २ ह जी ३ शह वगैरे)

**(सहा) एच २ / एच ७ प्याद्याची अनुपस्थिती :** हीसुद्धा अत्यंत गंभीर

बाब ठरते. मोकळ्या पट्टीवरून मोठ्या बुद्धिबळ दलानिशी होणारा सुसंघटित माऱ्याचा धोका उद्भवतो. तेव्हा हत्तीच्या जोरात असणारा वजीर एच १ / एच ८ मध्ये जाऊन सरळ मात करतो. यातील काही नमुनेदार विशिष्ट प्रकार पुढील आ. तीसमध्ये दाखविले आहेत.

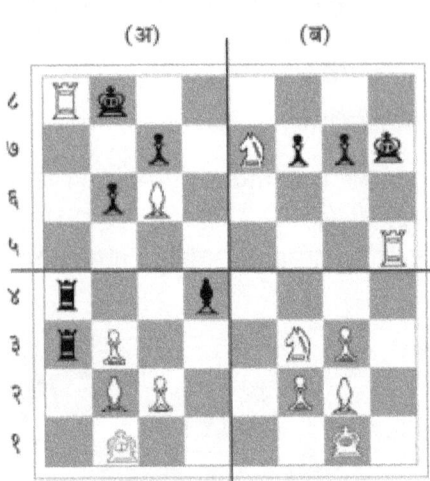

(क) आकृती क्र. : ३० (ड)

**आ. तीस (अ)** ची स्थिती महत्त्वाची आहे. याला अनुसरून आ. पंचवीस (ब) पहा. या पंचवीस (ब)मध्ये पांढरा आपल्या वजिराचे बलिदान करून तीस (अ) समान स्थिती प्राप्त करतो.

**तीस (ब)मध्ये** अनपेक्षितपणे उद्भवणारी मात दाखविली आहे. (तरीही अशी मात कधी कधी उद्भवते.)

**तीस (क)**मधील स्थिती ही तीस (अ)प्रमाणे उपयुक्त (दिखाऊ) रूप आहे. उदा. तीस (क)मध्ये काळा

१..., ह एच १ शह

२ उं × एच १, ह × एच १ मात करतो.

**आ. तीस (ड)**मध्ये सर्वोत्कृष्ट बचावाची स्थिती दर्शविली आहे. एच २चे प्यादे अनुपस्थितीत असताना, पांढऱ्या राजाला एफ १चे पलायन घर मिळत असेल तर आ. तीस (ड) सम स्थितीतून मात करणे सोपे नसते.

## स्वाध्याय पाठ

**स्थिती समस्या क्र. सतरा : (पांढरी)** रा सी १, व डी ३, ह डी १, ह ई १, घो एफ ३, प्यादी ए २, बी २, एफ २, जी २, एच २

**(काळी) :** रा सी ८, व बी ४, ह डी८, ह एफ ६, उं डी ७, प्यादी ए ६, बी ७, सी ७, एफ ४, एच ७.

**पांढऱ्याची खेळी आहे :** पांढरा नेमका कोणता निर्णायक सुसंघटित मारा करून डाव जिंकतो?

**स्थिती समस्या क्र. सतराचे उत्तर : १ व × डी ७ शह,** (परंतु येथे १ ह ई ८ नको मग ह डी ६ ची चाल करून काळा बचाव करू शकतो.)

१...., ह × डी ७

२ ह ई ८ शह, ह डी ८

३ ह ई × डी ८ मात होते.

### सात (जी) जी २ / जी ७ आणि एच २ / एच ७

प्याद्यांची अनुपस्थिती किल्लेकोटांच्या अशा उघड्या-नागड्या स्थितीत राजावर सर्वप्रकारे हल्ले होऊ शकतील. त्यातही सर्वाधिक धोका या मोकळ्या जी आणि एच पट्टीवरून विरोधी मोठ्या मोहऱ्यांचा होणारा निर्णायक मात उद्भवक हल्ला होय. एक व दोन मोहऱ्यांचे बलिदान लाभदायक ठरते. उदा आ. एकतीसमधील काळ्याची बचावफळी फोडण्यासाठी पांढऱ्याला सरळ आक्रमक बलिदानी चाल करून मात करता येते.

१ उं × एच ७ शह, रा × एच ७;

२ व एच ५ शह; रा जी ८;

३ ह × जी ७ शह, रा × जी ७;

४ ह जी ३ शह, व जी ४

५ ह × जी ४ मात होते.

यामध्ये पुढील महत्त्वाचे सूत्र दाखविले. ज्या वेळी आ. एकतीसप्रमाणे स्थिती उद्भवते, तेव्हा बचावपटू बुद्धिबळ दलांचे समयोचित बलिदान करून बचावफळी उद्ध्वस्त करणे इष्ट ठरते.

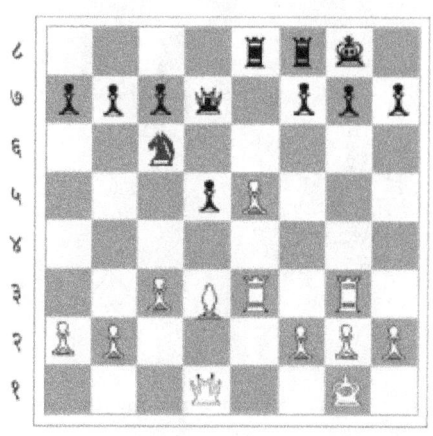

अ बी सी डी ई एफ् जी एच्

आकृती क्र. ३१

**(पांढऱ्याची खेळी आहे)**

या भागाची समाप्ती करताना किल्लेकोटातील राजावर कसकसे हल्ले करता येतात याची प्रत्यक्ष डावातील उदाहरण पुढील प्रकरणात पहाल.

# ९. सुसंघटित मारा (उदाहरणे)

## स्थिती क्र. एक

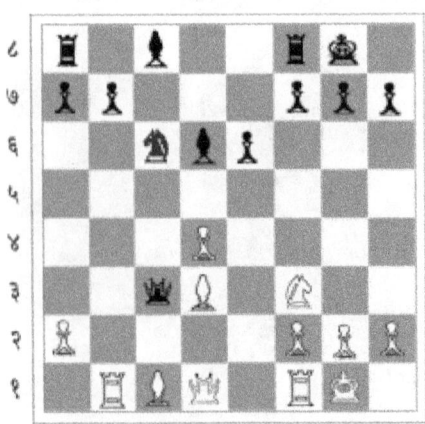

आकृती क्र. : ३२

ही स्थिती १९७१ मध्ये सहा राष्ट्रांच्या स्पर्धेतील इंग्लंड वि. प. जर्मनी यांच्यामधील सामन्यात मार्कलंड वि. क्लुडिल्ट यांच्या डावातून घेतलेली आहे. काळ्याने नुकतीच अविचाराने किल्लेकोटाची चाल केली आहे.

आता पांढऱ्याची खेळी आहे. तेव्हा सद्य:स्थितीला अनुसरून, तो उं × एच ७ शह असा बलिदानी शह देऊ शकतो; परंतु अंती डाव निर्णायक रीतीने जिंकण्यासाठी तो पूर्वयोजनापूर्वक आणि अंतिम उद्दिष्टाला अनुसरून पुढीलप्रमाणे चाली करतो. तेव्हा तो प्रथम **१ ह बी ३, व ए ५;** आणि मगच तो **२ उं × एच ७ शह, रा × एच ७; ३ घो जी ५ शह, रा जी ६** (येथे जर २..., रा जी ८ मग ४ व एच ५, व एफ ५ ५ ह एच ३, आणि ६ व एच ८ मात होते.) **४ ह एच ३, उं डी ७, ५ घो ई ४! काळा राजीनामा देतो.** कारण जर ५..., उं डी ६ हलला तर मग ६ व जी ४ शह वगैरे, किंवा जर ५..., व एफ ६; ६ घो × डी ६ किंवा जर ४..., रा एफ ६ मग ५ घो ई ४ शह, रा ई ७ ६ घो × डी ६, रा × डी ६, ७ उं ए ३ शह, रा डी ५, डी ७ ८ उं × एफ ८.

यावरून दिसून येईल की, पांढऱ्याने जरी उत्कृष्ट डाववाढ साधली तरीही आक्रमक पवित्रा घेऊन निर्णायक हल्ला चढविण्यासाठी पूर्वनियोजित चाली करणे त्याला भाग पडते. सर्वसाधारणपणे अशा स्थितीत, काळा राजा रा जी ६ मध्ये आल्यावर तो कधी कधी निसटू शकतो.

## स्थिती क्र. २

ही स्थिती १९२७ मध्ये बर्लिन येथील, जायहॉल्म वि. पोस्ट यांच्या डावातून घेतली आहे. एफ ७, जी ७, एच ६ अशा किल्लेकोटाच्या प्याद्यांविरुद्ध बलिदान करून डाव जिंकण्याचे हे एक नमुनेदार उदाहरण आहे. उदा...**१ ह × एच ६!...**

(आता जर १...., **जी × एच ६** मग २ व जी ६ शह, रा एच ८; ३ व × एच ६ शह, रा जी ८; ४ जी ६ आणि पुढे ५ व एच ७ मात होते.) हे सारे जाणून काळा पुढीलप्रमाणे चाल करतो.

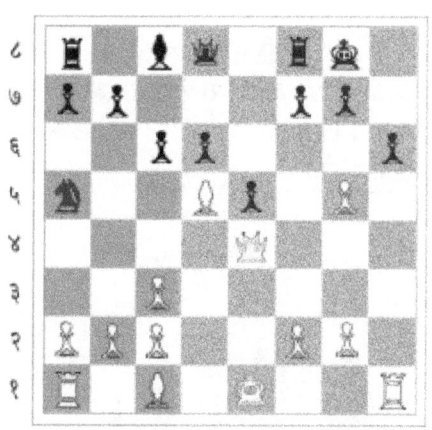

ए बी सी डी ई एफ जी एच
आकृती क्र. : ३३ (पांढऱ्याची खेळी आहे)

**१...., हई ८;** मग पांढरा **२ उं × एफ ७ शह, रा × एफ ७** (येथे जर...., रा एफ ८ मग ३, जी × एच ६; ४ उं × एच ६ शह, रा ई ७; ५ उं जी ५ शहाने पांढरा सहज जिंकतो.)

**३ व जी ६ शह, राजी ८ ४ ह एच ७, व डी ७; ५ व ए ५, रा एफ ८; ६ जी ६** (आणि पुढे ७ उं जी ५ पांढरा ८ ह एच ८ मातचा धाक देतो.)

**६...., रा ई ७, ७ उं जी ५ शह, रा ई ६ ८ व जी ४ शह, रा डी ५ ९ ०-०-० शह!, रा सी ५; १० व बी ४ मात होते.**

### स्थिती क्र. तीन

स्थिती क्र. तीन सॅमिश वि. कोच यांच्या डावातून घेतलेली आहे.

स्थिती क्र. तीनमध्ये उंट

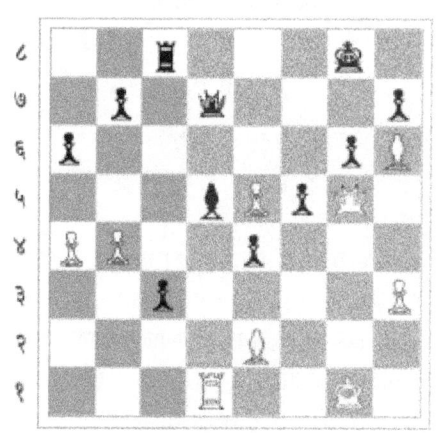

ए बी सी डी ई एफ जी एच
आकृती क्र. : ३४

अधिक वजिराने मातचे दडपण ठेचून बचाव करणाऱ्या कार्यपीडित बुद्धिबळ दलाला धाक दाखवून, पिछाडीतून मातची टांगती तलवार ठेवून पांढरा कशी मात करतो ते पहा.

**१ ह × डी ५! व × डी ५; २ व एफ ६ (किंवा ई ७) व एफ ७; ३ उं सी ४! काळा राजीनामा देतो.** (कारण जर ३..., व × सी ४; ४ व जी ७ मात किंवा जर ३..., ह × सी ४; ४ व डी ८ शह व एफ ८ ५ व × एफ ८ मात होते.)

## स्थिती क्र. चार (पांढऱ्याची खेळी आहे)

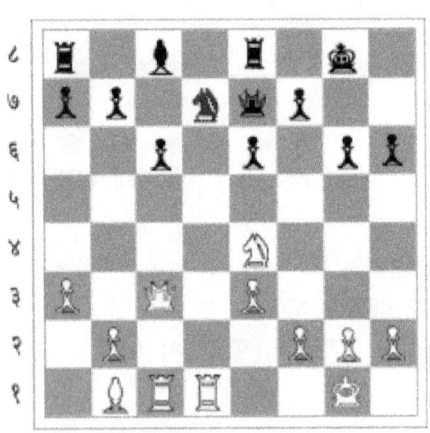

ए बी सी डी ई एफ जी एच

**आकृती क्र. : ३५**

लॉझ येथे १९६७ मध्ये रुबिन्स्टिन वि. गिरिशबीन यांच्या डावातून स्थिती क्र. चार उद्भवली आहे.

स्थिती क्र. चारमध्ये काळ्याने जी ६ मध्ये प्यादे चालविल्याने किल्लेकोटालगतची काळी घरे कमकुवत होतात, त्यात भर म्हणजे काळ्या कर्णघरांतून हलणाऱ्या उंटाची अनुपस्थिती; अशा स्थितीचा पुरेपूर फायदा घेण्यासाठी पांढरा येथे घोडा अधिक वजिराच्या सुसंघटित माऱ्याने काळ्याचा कसा पाडाव करतो ते पहा.

**१ ह × डी ७! उं × डी ७;** (येथे..., व × डी ७ चूक ठरते. मग २ घो एफ ६ शह देऊन पुढे ४ घो × डी ७ ने काळा वजीर मारता येतो.)

**२ घो एफ ६ शह, रा एफ ८** (आता पांढऱ्याला हिमकती हुकमी डावपेच टाकावा लागतो, आता पांढरा घोडा हलला तर व एच ८ मातचा धाक संभवतो. तेव्हा असे मातकारक दडपणाला धक्का न लावता घोड्याला सुरक्षित चाल मिळू शकते का ते पाहू. दुर्दैवाने घो × डी ७ शह मग व × डी ७ किंवा जर घो × ई ८ मग व × ई ८ अशा चाली होऊन काळ्या राजाला ई ७ चे पलायन घर मिळू शकते.)

तेव्हा हे जाणून पांढरा **३ घो डी ५!** ची समर्पक दहशती बलिदानी चाल

करतो. **मग काळा राजीनामा देतो. कारण जर ३... ई × डी ५ किंवा ३..., व हलला तर ४ व एच ८ मात करतो** किंवा काळ्याला त्याचा वजीर द्यावा लागतो.

## स्थिती क्र. पाच

अ‍ॅलथीड येथे १९६६ मध्ये लेंग्वील वि. सिल्वा याच्या डावातून स्थिती पाच उद्भवली.

स्थिती क्र. पाचमध्ये पांढऱ्याने जर का १ रा × एफ १ या चालीने उंट मारला तर मग काळा १..., व एच १ शह, २ रा ई २, व ई ४ शह, ३ रा हलतो, व × ई ७ ने काळा अंती डाव बरोबरीत सोडवू शकतो. तेव्हा हे जाणून पांढरा याहून परिणामकारक विजिगीषू चाली करू शकेल का? होय! आणि ते ही १..., व जी २, मातचे भयानक दडपण असतानाही? तो १ ह डी ५ ची चाल करून अंती डाव जिंकतो.

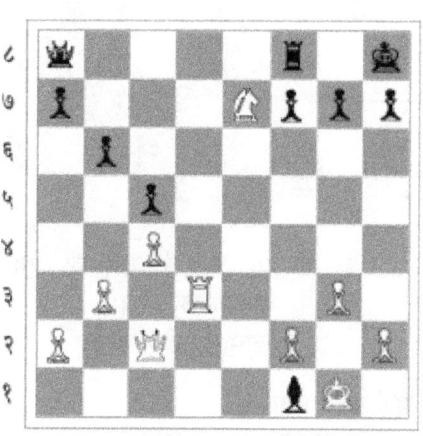

**आकृती क्र. : ३६ (पांढऱ्याची खेळी आहे)**

(आता २ रा : एफ १ ने उंट मारला तरीही दडपण राहतेच.) तेव्हा

**१ ह डी ५! उं एच ३ मग २ व × एच ७ शह! रा × एच ७; ३ ह एच ५ मात होते.**

असा हा विचार केव्हा सुचतो? जेव्हा पांढरा घोडा ई ७ मध्ये दूर मोर्चा घर बांधून जी ८ वर मारा करतो तेव्हा यातून मात उद्भवक दहशत, हत्तीच्या एच पट्टीतून देता येते. परिस्थिती अभ्यासून त्याचा पुरेपूर फायदा उठवता येतो.

## स्थिती क्र. सहा

झुरीच येथे १९५३ मध्ये टायमानॉन वि. पेट्रोशियन यांच्या डावातून स्थिती क्र. सहा उद्भवली आहे.

ही स्थिती क्र. सहा जरा कृत्रिम भासते, यातून बऱ्याच कल्पनांना चालना मिळते. या स्थितीमध्ये पांढऱ्याकडे थोडा वस्तुनिष्ठ लाभ आहे. तर काळ्याने संभाव्य मात होण्यापासून तात्पुरता बचाव शोधला आहे; परंतु तरीही काळ्या

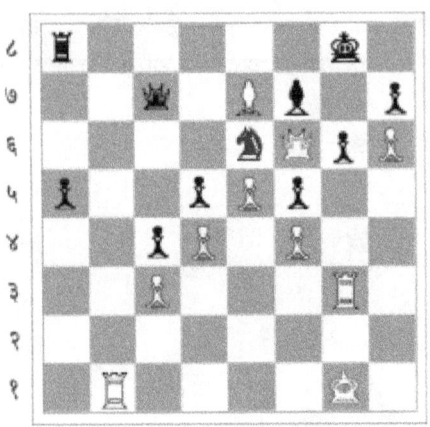

ए बी सी डी ई एफ जी एच

आकृती क्र. : ३७

(पांढऱ्याची खेळी आहे)

बुद्धिबळ दलांवरील वाढीव छुप्या कार्यपीडित दडपणाचा, पांढरा (पुढीलप्रमाणे) चातुर्याने उपयोग करून घेतो. उदा.. **१ ह × जी ६ शह!** एच × जी ६ (येथे जर १...., उं × जी ६ मग २ व × ई ६ शह, उं एफ ७; ३ व एफ ६, आणि पुढे ४ व जी ७ मात होते.)

**२ एच ७ शह**, रा × एच ७;

**३ व × एफ ७ शह**, घो जी ७;

**४ रा एफ २**, काळा

राजीनामा देतो.

कारण जर ४---, रा एच ६;

**५ ह एच १ शह**, घो एच ५;

**६ उं जी ५ शह मात होते.**

स्थिती क्र. सात

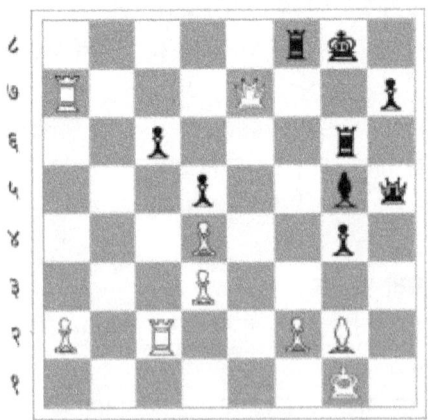

ए बी सी डी ई एफ जी एच

आकृती क्र. : ३८ (पांढऱ्याची खेळी आहे)

पिछाडीच्या रांगेतून हत्ती किंवा वजीर मात करू शकतात. निर्णायक मात करण्यासाठी पांढऱ्याला सातव्या रांगेवर, तर काळ्याला ही दुसऱ्या रांगेवर आपापले (हत्ती, वजीर यांसारखे) मातब्बर मोहरे आणून वर्चस्व राखावे लागते मग समयोचित सुसंघटित मारा जारी करून पिछाडीच्या रांगेतून मात करता येते. स्थिती सात पहा.

सातव्या रांगेवर हत्ती अधिक वजिराचे वर्चस्व मिळविण्याच्या

फायद्यातून पांढरा नेमक्या कोणता सुसंघटित मारा करून, काळ्यावर सक्तीने मात करतो?

**उत्तर** सातव्या रांगेतून किल्लेकोटाची एफ ७, जी ७, एच ७ या घरांवर काळ्याचा बचाव जोरदार आहे, तशात पांढऱ्या वजिरावर काळ्या उंटाचा मारा जारी आहे, अशी वस्तुस्थिती आहे. तेव्हा पांढरा पिछाडीच्या रांगेतून हल्ला करता येतो का याचा शोध घेता, आढळते की, सी२ च्या हत्तीला अडथळा आणणाऱ्या सी ६ च्या प्याद्याचा अडसर बाजूला केल्यास, सी २ चा हत्ती थेट पिछाडीला मुसंडी मारू शकतो. पण हे कसे शक्य होईल? यासाठी पुढीलप्रमाणे हिकमती बलिदानी शहमारा करून अंती निर्णायक मात करतो. उदा.

**१) उं × डी ५ शह, सी × डी ५.**

**२) व × एफ ८ शह, रा × एफ ८**

**३) ह सी ८ मात होते.**

### स्थिती क्र. आठ

पिछाडीच्या रांगेतून निर्णायक मात साधण्यासाठी पांढरा नेमका कोणता सुसंघटित मारा जारी करतो? यासाठी वरील आ. क्र. एकोणचाळीसची उद्बोधक स्थिती १९६० मध्ये हॅम्बुर्ग येथील बोलसावस्की वि. गोट्स यांच्या डावातून घेतली आहे.

सातव्या रांगेत घुसलेल्या हत्तीचा नेमका फायदा घेण्यासाठी (पांढरा) बेलसावस्की पुढीलप्रमाणे हिकमती चाली करून अंती मात करतो.

**१ उं × ई ८, ह × ई ८**

(येथे १..., रा × ई ८ नको मग २ ह × जी ७)

**२ एफ ६! जी × एफ ६;**

**३ ह × एच ७, ई ४;**

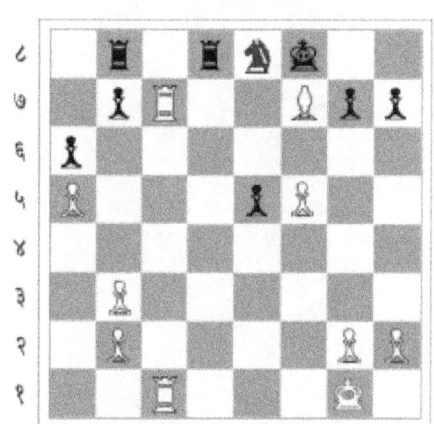

ए बी सी डी ई एफ जी एच

**आकृती क्र. : ३९ (पांढऱ्याची खेळी आहे)**

(दुसरा पांढरा हत्ती सातव्या रांगेत घुसण्याला काळा रोखू शकत नाही, कारण जर ३..., ह ई ७? मग ४ ह एच ८ शह, आणि जर ३..., ह ई सी ८ मग ४ ह × सी ८ शह, ह × सी ८; ५ ह एच ८ शहने काळ्याचा हत्ती फुकटात मरतो.)

**४ ह सी सी ७, रा जी ८** (नाही तर ५ ह एच ८ मात होते.)

**५ रा एफ २, बी ६**

**६ एच ४!**

(आता या प्याद्याची आगेकूच काळ्याने जर वेळीच थांबविली नाही, तर मग हे प्यादे थेट एच ६ पर्यंत जाते. मग पांढरा दोन चालीत मात करतो. ह सी × जी ७ शह आणि ह एच ८ मात)

**६..., ह बी डी ८**

**७ ह सी जी ७ शह, रा एफ ८;**

**८ रा ई १, ई ३**

**९ ए × बी ६, ई२**

**१० ह जी डी ७!...**

(ही चाल काळा हत्ती डी १ मध्ये जाऊन शह देण्याला रोखते.)

**१०..., ह डी सी ८?**

**११ ह एच ८ मात होते.**

## स्थिती क्र. नऊ

### चिरडणारी मात

चिरडणारी मात (स्मॉदर्ड मेट) करण्यासाठी कसा सुसंघटित मारा करावा लागतो हे आपण स्थिती क्र. नऊमधून पाहू.

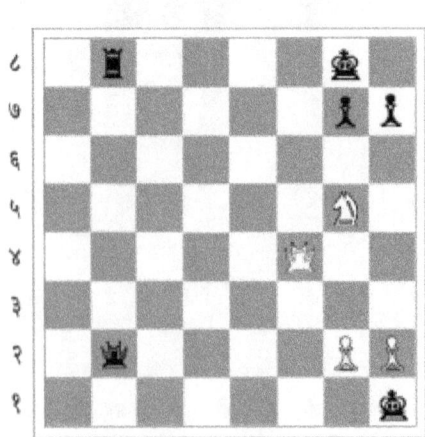

ए बी सी डी ई एफ जी एच

**आकृती क्र. : ४० (पांढऱ्याची खेळी आहे)**

आता पहिली चाल कोणती करावी? येथे १ व एफ ७ शह? ही चाल चुकीची आहे. कारण काळा राजा मग एच ८ मध्ये जाऊन बनतो. तेव्हा समयोचित समर्पक चाली करून पांढरा पाच खेळीत चिरडणारी मात करतो उदा. **१ व सी ४ शह, रा एच ८** (येथे जर १..., रा एफ ८? मग २ व एफ ७ मात.)

**२ घो एफ ७ शह, रा जी ८;**

**३ घो एच ६ दुहेरी शह, रा एच ८;**

४ व जी ८ शह! ह × जी ८;

५ घो एफ ७ मात : अशा रीतीने वजिराचे बलिदान करून उद्भवलेल्या अंतिम स्थितीत आपल्याच दलांनी जखडलेल्या राजावर एकाकी घोड्याने चिरडणारी मात साधण्यासाठी योजलेला समर्पक सुसंघटित मारा चित्तवेधक आहे.

### स्थिती क्र. दहा

आ. क्र. एकेचाळीस मधून चिरडणारी मात कशी साधावयाची?

आ. क्र. एकेचाळीस पांढरा पुढीलप्रमाणे हिकमती हुकमी चाली करून काळ्या राजावर घोड्यानिशी चित्तवेधक चिरडणारी मात करतो, कसे ते पहा -

१ घो सी ५ काटशह, रा बी ८; (येथे १... रा डी ८? नको मग २ व डी ७ मात)

२ घो डी ७, शह, रा सी ८

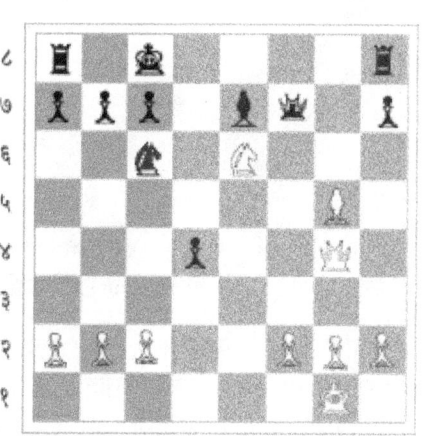

ए   बी  सी  डी  ई  एफ  जी  एच

आकृती क्र. : ४१ (पांढऱ्याची खेळी आहे)

३ घो बी ६ दु. शह, रा बी ८

४ व सी ८ शह, ह × सी ८

५ घो डी ७ चिरडणारी मात.

### स्थिती क्र. अकरा
### सुसंघटित माऱ्याचे चक्र

हल्लेखोर दलांनी एका पाठोपाठ एक असा शह आणि काटशहांच्या प्रदर्शनीय सुसंघटित माऱ्यानेच हे 'चक्र' सिद्ध होते. यासाठी १९२५ मधील सी. टोरे वि. ई. लष्कर यांच्या डावातील शेवटची एक नमुनेदार स्थिती आ. बेचाळीसमध्ये दाखविली आहे.

या स्थितीत, पांढरा वजिराचे बलिदान करतो आणि अंती डावावर निर्णायक वर्चस्व मिळवून जिंकतो. कसे ते पहा.

१ उं एफ ६!! व × एच ५; २ ह × जी ७ शह, रा एच ८, ३ ह × एफ ७ काटशह. (आता नाही तर पुढे केव्हाही पांढरा आपल्या मारल्या गेलेल्या

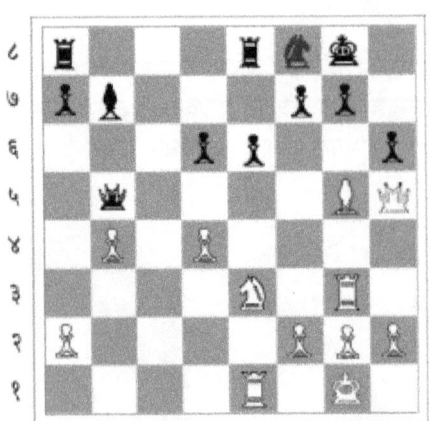

ए बी सी डी ई एफ जी एच
आकृती क्र. : ४२ (पांढऱ्याची खेळी आहे)

वजिराचा बदला घेऊ शकतो. उदा. आताच तो ३... ह × जी ५ काटशहानंतर तो काळा वजीर मारू शकतो; परंतु त्याआधी तो प्यादे आणि उंट मारणे पसंत करतो.)

३...., रा जी ८; ४ ह जी ७ शह! रा एच ८; ५ ह × बी ७ काटशह, रा जी ८; ६ ह जी ७ शह, रा एच ८; ७ ह जी ५ शह! रा एच ७; ८ ह × एच ५, रा जी ६; ९ ह एच ३, काळा

राजीनामा देतो. कारण ९... रा × एफ ६, १० ह × एच ६ शह, नंतर पांढऱ्याकडे तीन जादा प्यादी राहतात, तशात काळा राजा उघड्यावर पडला आहे. एकूण पांढऱ्याकडे स्थिती वर्चस्व असल्याने अंती तो डाव सहज जिंकू शकतो.

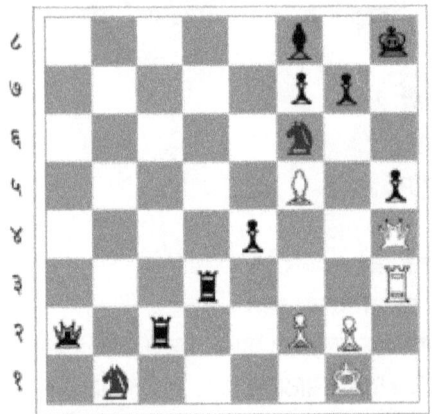

ए बी सी डी ई एफ जी एच
आकृती क्र. : ४३ (पांढऱ्याची खेळी आहे)

## स्थिती क्र. बारा

चक्र सुसंघटित माऱ्याचा आविष्कार करून अंती पांढरा कसा जिंकेल?

उत्तर : १ व × एच ५ शह, घो × एच ५. २ २ ह × एच ५ शह, रा जी ८; ३ उं एच ७ शह, रा एच ८. ४ उं × ई ४ काटशह, रा जी ८ ५ उं एच ७ शह, रा एच ८; ६ उं × डी ३ शह रा जी ८; ७ उं एच ७ शह, रा एच ८; ८ उं × सी २ शह, रा जी ८; ११ उं एच ७ शह, रा एच ८; १२ उं × बी १ शह, रा जी ८; १३ उं × ए २ शहाने पांढरा पुढे सहज जिंकतो.

## स्थिती क्र. तेरा

क्र. तेरा ही स्थिती व्हिडमर वि. सुळे यांच्या १९२९ सालच्या कर्लसबाद येथे झालेल्या डावातून घेतली आहे.

आता जर का काळ्याची खेळी असती तर मग त्याने १... व एच २ मातने डाव संपविला असता; परंतु आता आहे पांढऱ्याची खेळी. तेव्हा काळ्याच्या वरील मातकारक चालीचा पूर्ण विचार करून, कोणती निर्णायक वर्चस्वाची चाल करून तो डाव सक्तीने जिंकू शकेल? पांढऱ्याने **१ व एफ ८ शह !!** ची आक्रमक

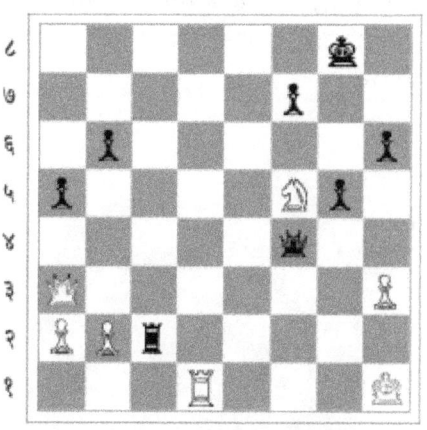

आकृती क्र. : ४४ (पांढऱ्याची खेळी आहे)

बलिदानी चाल करताच **काळ्याने राजीनामा दिला.** कारण त्याच्यावर पुढील चालींनी होणारी निर्णायक मात तो चुकवू शकत नाही. **जर १...., रा एच ७ मग २ व जी ७ मात किंवा जर १...., रा × एफ ८; २ ह डी ८ मात होते.** यामध्ये पांढऱ्या वजिराचे बलिदान करून काळ्या राजाला भुलवून एफ ८ मध्ये येण्यास भाग पाडून मात करतो. अशा प्रकारच्या सुसंघटित माऱ्यात विरोधी बुद्धिबळ दलाला भुलवून कोंडीत पकडून मात करतात.

### स्थिती क्र. चौदा

आ. क्र. पंचेचाळीसची स्थिती एल कबल यांच्या डावाच्या अभ्यासामधून घेतली आहे. **पांढरा १ व ए ३ शह!** या आक्रमक बलिदानी चालीने जिंकतो. कारण वजिराने बलिदान

आकृती क्र. : ४५ (पांढऱ्याची खेळी आहे)

करून राजाला **ए ३** या आत्मघातकी घरात भुलवून नेतो आणि तो तेथे जाताच उदा. **१...., रा × ए ३ मग २ घो सी २** मात होते. आणि जर का काळ्या राजाने ए ५ किंवा सी ३ माघार घेताच पांढरा वजीर काळ्या वजिराला मारून डाव सहज जिंकतो.

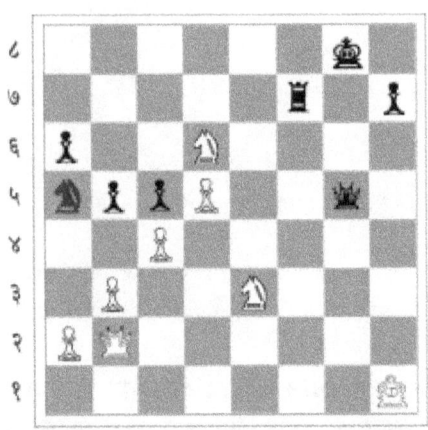

आकृती क्र. : ४६ (पांढऱ्याची खेळी आहे)

### स्थिती क्र. पंधरा

आ. क्र. ४६ मध्ये पांढरा काळ्याला कोंडीत पकडण्यासाठी कोणती सुसंघटित माऱ्याची निर्णायक चाल करून डाव जिंकतो.

**१ व एच ८ शह, रा × एच ८;**

**२ घो × एफ ७ शह, रा जी ७;**

**३ घो × जी ५** ने काळा वजीर मारून पांढरा अंती डाव जिंकतो.

### स्थिती क्र. सोळा
### विचलित करणारा
### सुसंघटित मारा

हूल दाखवून शत्रूचे लक्ष विचलित करणारा सुसंघटित मारा :

यामध्ये अशा रीतीने सुसंघटित मारा करावयाचा की, शत्रूचे मोहरे वा प्यादे जे महत्त्वाचे रक्षणाचे कार्य करते त्यापासून त्याला वंचित करावयाचे यासाठी स्थिती क्र. सोळामधली एक नेत्रदीपक उदा पहा.

ही स्थिती पांढरी दले घेऊन

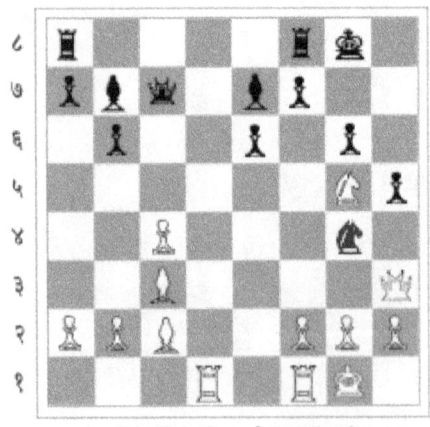

आकृती क्र. : ४७ (पांढऱ्याची खेळी आहे)

खेळणारी व्हेरा मेनचिक (पहिली बुद्धिबळ विश्वविजेती) विरुद्ध सोनिया ग्राफ स्टिव्हन्सन यांच्या डावातील आहे.

आता १ व × एच ५? ही चाल करण्याचा मोह होतो. तेव्हा १..., जी × एच ५ २ मग २ उं एच ७ मात परंतु येथे काळा १... व × एच २ शह! देऊन वजिरावजिरी करून हल्ला परतवू शकतो. तेव्हा पांढरा काळ्याचे चित्त विचलित करणारी चाल करतो.

**१ ह डी ७ !!, व × डी ७**

**२ व × एच ५! काळा राजीनामा देतो.** कारण त्याच्यावर होणारी मात तो टाळू शकत नाही.

## स्थिती क्र. सतरा

**आ. ४८ मध्ये**

पांढरा पुढीलप्रमाणे हिकमती हुकमी बलिदानी चाल करून, निर्णायक वर्चस्व मिळवून अंती डाव जिंकतो कसे ते पहा.

**१ व ए ७!!, व ए ५;**

**२ व × ए ६, व सी ७;**

**३ व ए ७,** कारण काळ्याने जर वजिरावजिरी केली तर उदा. **३..., व × ए ७ मग ४ ह × डी ८ शह, ह × डी ८.**

**५ ह × डी ८ मात होते.**

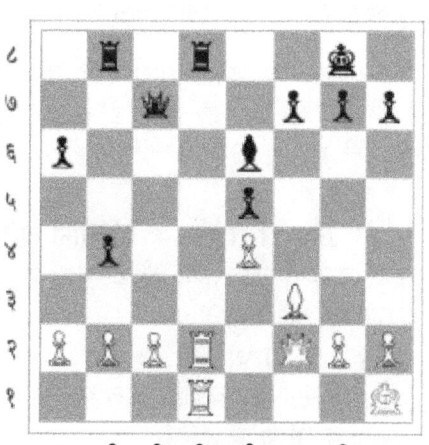

**आकृती क्र. : ४८ (पांढऱ्याची खेळी आहे)**

तेव्हा नेमकी काळ्याची ही कमकुवत बाजू पाहून पांढरा वजिराचे बलिदान करण्यास सिद्ध होतो व अंती डाव जिंकतो.

ॲपम्स वि. टोरे यांच्यात न्यू ऑलेन्स येथे १९२० मध्ये झालेल्या डावात आ. क्र. ४९ मधील स्थिती उद्‌भवली.

## स्थिती क्र. अठरा

आ. एकोणपन्नासमधील पिछाडीच्या रांगेत कोंडीत अडकलेल्या काळ्या राजाच्या अनुकंपनीय स्थितीचा फायदा परिणामकारक रीतीने पांढरा वरचेवर कसा

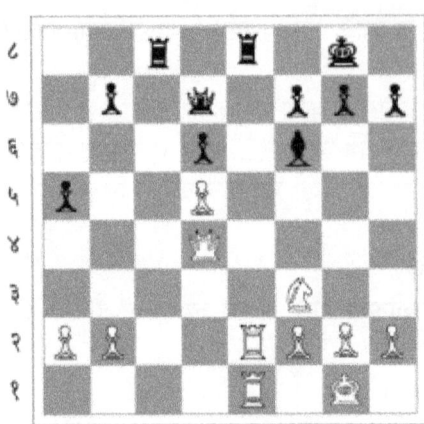

ए बी सी डी ई एफ जी एच


**आकृती क्र. : ४९ (पांढऱ्याची खेळी आहे)**

घेतो ते पहा.

**१ व जी ४!**

(ई ८ या घराचे संरक्षण करणाऱ्या काळ्या वजिराला विचलित करण्याच्या हेतूने केलेले हे बलिदानी आमिष आहे.)

**१..., व बी ५**

(हीच एकमेव बचावात्मक चाल करणे काळ्याला भाग पडते. कारण जर १..., व × जी ४ मग काळ्यावर दोन चालीत मात होते. २ ह × ई ८ शह, ह × ई ८; मग ३ ह × ई ८ मात होते. आता काळा २..., व × ई २! धाक देतो. कारण जर ३ ह × ई २, ह सी १, शह; ४ घो ई १, ह × ई १ शह; ५ ह × ई१ ह × ई१ मात होते.)

**२ व सी ४!**

**(पांढऱ्या वजिराच्या या बलिदानी चालीने सी ८ च्या काळ्या हत्तीची किंवा काळ्या वजिराला ई ८ च्या घराचा बचाव करण्यापासून वंचित करण्याचा हेतू आहे.)**

**२... व डी ७**

(हीच एकमेव बचावाची चाल काळ्याला करणे भाग पडते.)

**३ व सी ७**

**(ही काळ्याला विचलित करणारी तिसरी वेळ होय. पांढऱ्या वजिराला अजूनही मारता येत नाही.)**

**३..., व बी ५; ४ ए ४!**

**परंतु येथे ४ व × बी ७?** नको मग ४... व × ई २ ते काळा जिंकतो)

४..., व × ए ४

**५ ह ई ४, व बी ५**

(आणि काळ्या राजाला पलायन घर मिळावे म्हणून जर आता ५... एच ६ किंवा (जी ६) या चाली करण्याची उसंतच काळ्याला गवसत नाही. कारण असे केल्यास मग ६ ह × ए ४, ह × ई १ शह; ७ घो × ई १, ह × सी ७ वगैरे...

आता जर ६ व × सी ८, व × ई ४ मग पांढरा ७ व × ई ८ शहाने काळा

हत्ती फुकटात मारतो.)

**६ व × बी ७! काळा राजीनामा देतो.**

(कारण ए ४-ई ८! कर्णावरून शिस्तीत माघार घेता येण्याजोगे बचाव घर काळ्या वजिराला मिळत नाही आणि ई ८ मधल्या हत्तीचा बचावही करता येत नाही.)

## स्थिती क्र. एकोणीस

**आ. क्र. ५० पहा**

विरोधी बुद्धिबळ दलांच्या विशेषत: विरोधी राजाच्या चालींवर अशा तऱ्हेची बंधने आणावयाची की, जेणेकरून त्याला (त्यांना) महत्त्वाच्या घरात किंवा मार्गावर जाण्यापासून वंचित करावयाचे. 'चिरडणारी मात'मध्ये असा प्रकार पाहावयास मिळतो. स्थिती क्र. एकोणीसमधील स्थिती १९३६ मध्ये लेनिनग्राड येथे कोटोव्ह वि. बाँडरविस्की यांच्या डावातून घेतलेली आहे.

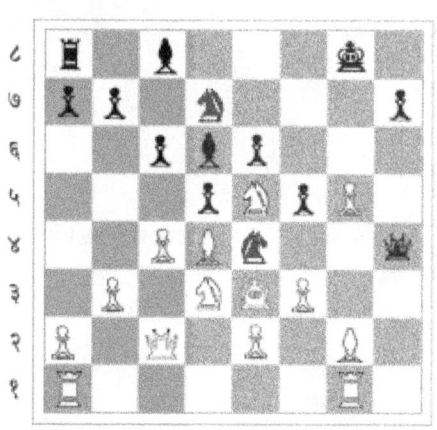

ए बी सी डी ई एफ जी एच

**आकृती क्र. : ५० (काळ्याची खेळी आहे)**
**विरोधी दलाच्या चाली बंधनाचा सुसंघटित मारा**

**१..., एफ ४ शह!** (पांढऱ्या घोड्याला एफ २ मध्ये जाण्यापासून वंचित करून त्याचवेळी त्याला एफ ४ मध्ये सक्तीने येणे भाग पडून, एफ ४ च्या घरात अडथळा निर्माण करणे.)

## स्थिती क्र. वीस

**२ घो × एफ ४, व एफ २ शह; ३ रा डी ३, व × डी ४ शह!!; ४ रा × डी ४, उं सी ५ शह;५ रा डी ३, घो × ई ५ चिरडणारी घोडे मात होते.** पांढऱ्याकडे सबल वस्तुनिष्ठ लाभ असूनही काळ्याचे तीन छोटे मोहरे पांढऱ्याच्या मातब्बर सैन्य-दलांहूनही बलवान ठरतात.

ट्रॉटस्कीने निवडलेल्या एका डावातील शेवटच्या अभ्यासासाठीची स्थिती क्र. वीस मध्ये दाखविली आहे.

पांढरा : अडथळ्याचा दबाव आणून काळ्याचा उंट गारद करतो. कसे ते पहा.

**१ एफ ६! जी × एफ ६;**

**२ रा बी ७, उं डी ८;**

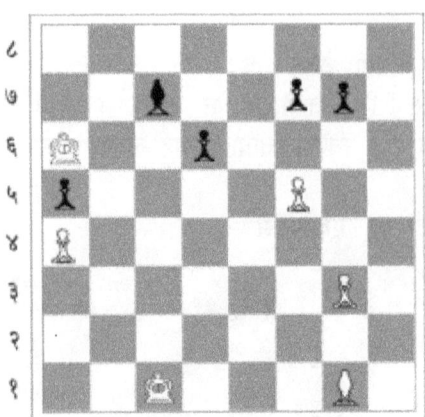

ए बी सी डी ई एफ जी एच

आकृती क्र. : ५१ (पांढऱ्याची खेळी आहे)

**३ रा सी ८, उं ई ७;**
**४ रा डी ७, उं एफ ८;**
**५ उं ई ३ शह,** देऊन एच ६ च्या घरात काळ्या उंटाला जाण्याला मना करतो.

**५..., रा सी २;**
**६ रा ई ८, उं जी ७;**
**७ रा × एफ ७, उं एच ८;**

**८ रा जी ८,** ने उंट गारद करून पुढे जी प्याद्याचा यशस्वी रीतीने वजीर करून पांढरा अंती डाव जिंकतो.

ए बी सी डी ई एफ जी एच

आकृती क्र. : ५२ (काळ्याची खेळी आहे)

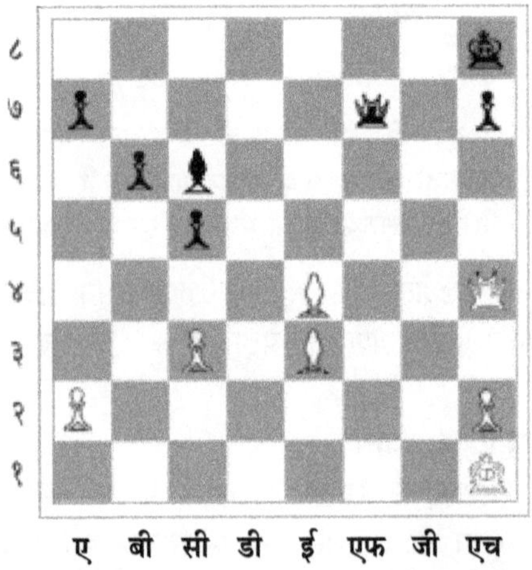

## स्थिती क्र. एकवीस

स्थिती क्र. एकवीसमधील स्थितीत सुसंघटित मारा कसा कराल?

काळा पुढीलप्रमाणे आक्रमक बलिदानी चाली करून पांढऱ्या बुद्धिबळ दलांवर बंधने सक्तीने आणावयास लावून अंती डाव जिंकतो, कसे ते पहा.

**१..., व एफ १ शह;**
**२ उं जी १, व एफ ३ शह!**
**३ उं × एफ ३,**
**उं × एफ ३ मात होते.**

## स्थिती क्र. बावीस
## (अडथळा उद्‌भवक सुसंघटित मारा)

विरोधी बुद्धिबळ ज्याचे रक्षण करीत असेल त्यापासून त्याला तोडण्यासाठी आपल्या मोहऱ्याने व प्याद्याने त्याच्या मार्गात अडथळा आणून विरोधी दलाच्या रक्षण

कार्यात व्यत्यय आणायचे. यासाठी स्थिती क्र. बावीसची आकृती पहा :

ही स्थिती एल. पोलुगावस्की वि. एल मास्लेव यांच्या डावातून घेतली आहे.

**आकृती क्र. : ५३ (पांढऱ्याची खेळी आहे)**

**१ ह डी ५!!** (अडथळा आणण्याच्या सूत्रातील ही एक उत्कृष्ट चाल आहे. सी ४ मधला काळा उंट ए २ जी ८ या कर्णावर पहारा देऊन संरक्षण करीत असता डी ५ मध्ये घुसलेला पांढरा हत्ती त्याच्या कार्यात व्यत्यय आणतो. यातून दोन प्रकारचे धाक उद्भवतात घो ई ६ शह किंवा २ उं × एफ ६!)

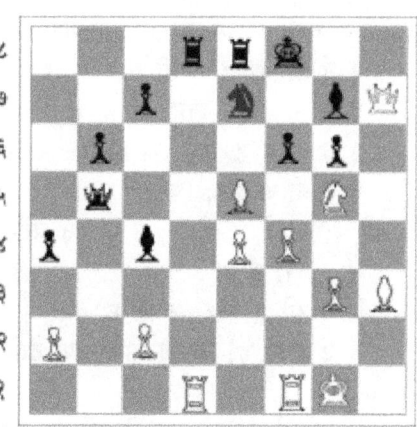

**१..., घो × डी ५; २ उं ई ६! ह × ई ६ (किंवा २..., एफ × ई ५, ३ एफ × ई ५ उं × एफ १; ४ व जी ८ शह, रा ई ७; ५ व एफ ७ मात)**

**३ घो × ई ६ शह, रा ई ७, ४ घो डी ४! व सी ५; ५ व × जी ७ शह, रा ई ८; ६ व × जी ६ शह, रा ई ७; ७ ह एफ २, एफ × ई ५; ८ व ई ६ शह, रा एफ ८; ९ एफ × ई ५ काटशह, काळा राजीनामा देतो.**

**आकृती क्र. : ५४ (पांढऱ्याची खेळी आहे)**

### स्थिती क्र. तेवीस

या स्थितीत पांढरा अडथळा उद्भवक सुसंघटित मारा जारी करून वस्तुनिष्ठ लाभ पदरात पाडून घेऊन संभाव्य जोरदार आक्रमणाची धार कशी राखू शकेल.

पांढरा पुढीलप्रमाणे आक्रमक

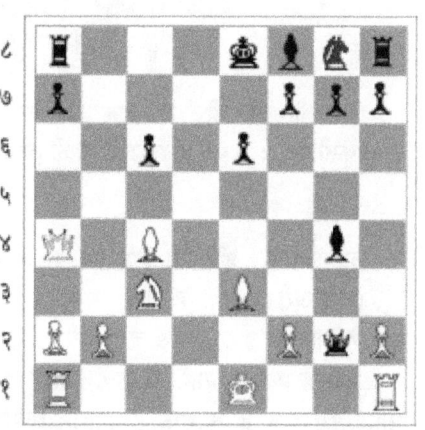

बलिदानी चाली करून जोरदार आक्रमण करीत अंती डाव जिंकतो. कसा ते पहा.

**१ उं डी ५! ई × डी ५,**

**२ व × सी ६ शह, रा डी ८**

**३ व × ए ८ शह, रा डी ७**

**४ व बी ७ शह,** (परंतु येथे ४ व × डी ५ शह नको कारण मग ४... व × डी ५, ५ घो × डी ५, उं एफ ३ वगैरे).

**४..., रा ई ६**

**५ व सी ६ शह, उं डी ६**

**६ उं एफ ४! काळा राजीनामा देतो.**

## स्थिती क्र. चोवीस

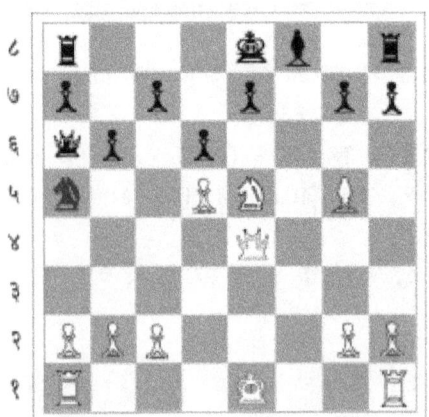

ए बी सी डी ई एफ जी एच

**आकृती क्र. : ५५ (पांढऱ्याची खेळी आहे)**

**बचाव फळी उद्ध्वस्त करणारा सुसंघटित मारा (आ. ५५ पहा)**

महत्त्वाचा बचाव करणारी विरोधी मोहरी व प्यादी उद्ध्वस्त करण्यासाठी आपल्या बुद्धिबळ दलाचे बलिदान करणारा सुसंघटित मारा करून, अंतिम निर्णायक वर्चस्व मिळवावयाचे यासाठी स्थिती क्र. २४ पहा.

ही स्थिती सोकोलस्की वि. कॉफमन यांच्यात १९४८ मध्ये कीव येथे झालेल्या डावातील १३ मुख्य चालीनंतर उद्भवलेली आहे.

आता पांढरा **१४ घो एफ ७! रा × एफ ७**

(येथे जरी १४..., ह जी ८ मग १५ व × एच ७, रा × एफ ७; १६ ह एफ १ शह, रा ई ८, १७ व × जी ८ नंतर काळ्याचा डाव कोसळतोच.)

**१५ ह एफ १ शह, रा ई ८** (येथे जरी १५..., रा, जी ८ मग व ई६ मात होते.) मग **१६ ह × एफ ८ शह!ने बचावफळी उद्ध्वस्त झाल्याने. काळा राजीनामा देतो.**

येथे जर १६..., रा × एफ ८; मग १७ व × ई ७ शह, रा जी ८; १८

व ई ६ शह, रा एफ ८, १९ उं ई ७ शह, रा ई ८, २० उं × डी ६ काटशह, रा डी ८; २१ व ई ७ शह, रा सी ८ २२ व × सी ७ मात होते.

### स्थिती क्र. पंचवीस

या स्थितीत, पांढरा काळ्याची बचाव फळी उद्ध्वस्त करून केवळ दोन चालीत डाव कसा जिंकेल?

पांढरा काळ्या घोड्यासाठी वजिराचे आक्रमक शहदायी बलिदान करून दोन चालीत काळ्यावर सक्तीने मात करतो उदा.

**१ व × बी ८ शह! ह × बी ८; २ उं × बी ५ शह मात.**

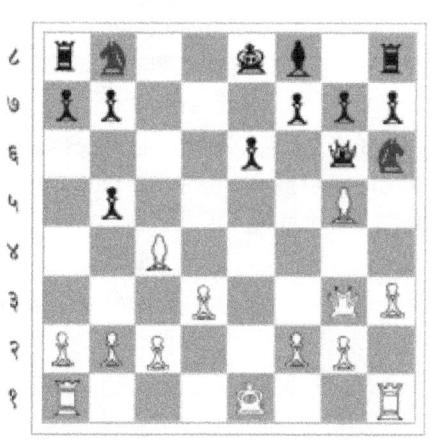

**ए बी सी डी ई एफ जी एच**

**आकृती क्र. : ५६ (पांढऱ्याची खेळी आहे)**

### स्थिती क्र. सव्वीस

## घर मोकळिकीचा सुसंघटित मारा

सुसंघटित मारा जारी करता यावा म्हणून आवश्यक ते घर मोकळे करून घेणे.

आपल्या दुसऱ्या मोहऱ्याचा मारा परिणामकारक व्हावा म्हणून त्याला आवश्यक ते घर मोकळे करून घेणे हा खेळाडूचा हेतू असतो. आ. क्र. सत्तावन्नची स्थिती अलेखाईनच्या एका डावात उद्भवते.

या स्थितीतील काळ्या वजिराला पांढरा मारू शकतो का? प्रथम दृष्टिक्षेपात असे वाटते की काळा वजीर मारला की एफ २ मध्ये येणाऱ्या प्याद्याचा नववजीर होऊन तो डाव जिंकेल?

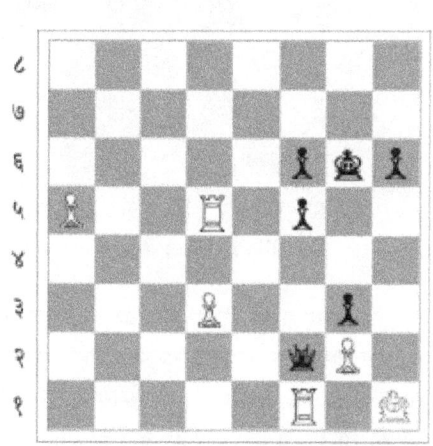

**ए बी सी डी ई एफ जी एच**

**आकृती क्र. : ५७ (पांढऱ्याची खेळी आहे)**

परंतु पांढरी बुद्धिबळ दले घेणाऱ्या अलेखाईनने तरीही **१ ह × एफ २! ची चाल केली तेव्हा १..., जी × एफ २; मग अलेखाईनने २ ह × एफ ५!! रा × एफ ५; ३ जी ४ शह!** हीच ती सुसंघटित मारा जारी करणारी गुरुकिल्लीची चाल होय! प्यादे आगेकूच करून शह तर देतेच त्या वेळी जी २चे घर आपल्या राजाच्या आक्रमणासाठी मोकळे करते!

**३..., रा × जी ४;**

**४ रा जी २,** अशा रीतीने एफ २मध्ये येऊन नववजीर बनण्याच्या स्वप्नाळू प्याद्याला उखडून टाकून उर्वरित पांढऱ्या प्याद्याचा नववजीर करून पांढरा अंती सहज डाव जिंकतो.

## स्थिती क्र. सत्तावीस
### घर मोकळिकीचा सुसंघटित मारा

आ. क्र. अठ्ठावन्नमधील स्थितीत पांढरा केवळ दोन चालीत मात करता यावी म्हणून नेमके कोणते घर मोकळे करून परिणामकारक रीतीने मात करतो? पांढरा पुढीलप्रमाणे आक्रमक दुहेरी शहाची दहशत देऊन एफ ७ चे घर मोकळे करून काळ्यावर सक्तीने मात करतो. कसे ते पहा.

**१ ह एफ ८ दु. शह!!**
**रा × एफ ८;**
**२ व एफ ७ मात.**

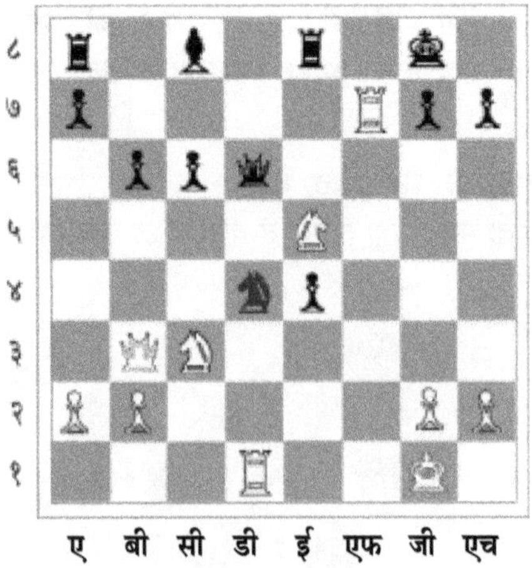

ए बी सी डी ई एफ जी एच
आकृती क्र. : ५८

## स्थिती क्र. अठ्ठावीस
### पट्टी मोकळिकीचा सुसंघटित मारा

आपल्या मोहऱ्याचा निर्णायक सुसंघटित मारा जारी करता यावा म्हणून त्याच्या मार्गातील आपल्या दुसऱ्या मोहऱ्याचे वा प्याद्याचे खेळाडू बलिदान करतो. यासाठी आ. क्र. एकोणसाठची स्थिती पहा. ही स्थिती रामॅनोवस्की वि. राबिनोविच यांच्या मॉस्को येथील १९३५च्या डावातील आहे.

पांढरा पुढीलप्रमाणे आक्रमक बलिदानी चाल करतो व अंती डाव जिंकतो कसा ते पहा. **१ उं बी ५!!**

या चालीने पांढरा डी १ एच ५ चा कर्ण मोकळा करून, गतिवाढ मिळवितो आणि दुहेरी दहशत निर्माण करतो. २ उं × डी ७ आणि ३ ह × एच ७ शह!, रा × एच ७; ३ व एच ५ शह, उं एच ६. ४ व × एच ६ मात; तेव्हा काळ्याला एकमेव बचावात्मक चाल करणे भाग पडते. **१..., उं एच ६** या व्यतिरिक्त त्याला दुसरा बचावच नाही.

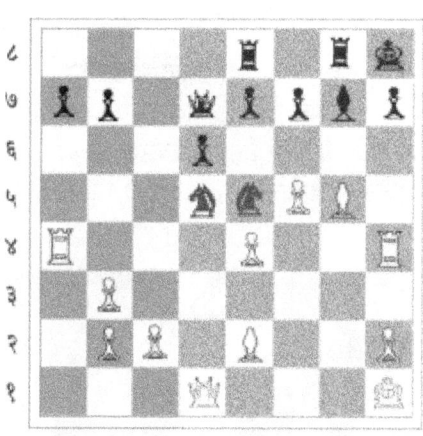

ए बी सी डी ई एफ जी एच


**आकृती क्र. : ५९ (पांढऱ्याची खेळी आहे)**

**२ उं × डी ७, उं × जी ५; ३ ई × डी ५, ह डी ८; ४ ह × एच ७ शह, रा × एच ७, ५ व एच ५, शह, उं एच ६, ६ ह एच ४ घो जी ४; ७ ह × जी ४, ह × जी ४; ८ व × जी ४, ह × डी ७, ९ एफ ६! काळा राजीनामा देतो.**

कारण जर, ९... ह सी ७?? मग १० व ई ४ शह, राजा हलतो ११ एफ × ई ७ ने पांढरा जिंकतो. आणि जर ९..., ई ६ मग १० डी × ई ६, एफ × ई ६ कारण आता जर ११..., ह सी ७ मग पांढरा १२ व ई ७ शह! देऊन प्याद्याचा नववजीर करून अंती डाव जिंकतो.

**स्थिती क्र. एकोणतीस**

पांढरा, पट्टी मोकळिकीचा सुसंघटित मारा जारी करून अंती डाव कसा जिंकतो.

**१ ह सी ५! व × सी ५**

**२ ह × एच ७ शह, रा × एच ७**

**३ व जी ७ मात**

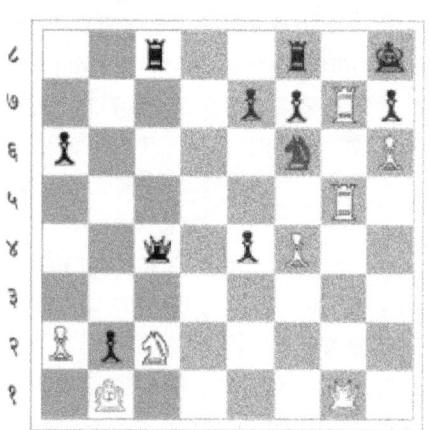

ए बी सी डी ई एफ जी एच


**आकृती क्र. : ६० (पांढऱ्याची खेळी आहे)**

## स्थिती क्र. तीस

## प्यादे बढतीचा सुसंघटित मारा

फार पुढे गेलेले प्यादे अत्यंत धोकेबाज असते आणि ते डावाचे भवितव्य ठरविते. कॅपेनगर वि. शेरसेवस्की यांच्या १९६९च्या बायलो रशियन अजिंक्यपद स्पर्धेतील डावातील २४ व्या चालींनतरची स्थिती आ. एकसष्ट मध्ये दाखविली आहे.

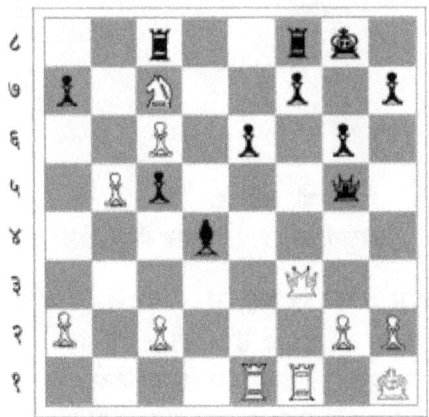

**आकृती क्र. : ६१ (पांढऱ्याची खेळी आहे)**

सी ६ मधील पांढऱ्या प्याद्याच्या उपस्थितीमुळे पुढील अदलाबदलीची कल्पना स्फुरते. २५ घो × ई ६!! एफ × ई ६; २६ व × एफ ८ शह, ह × एफ ८ २७ ह × एफ ८ शह, रा जी ७ (किंवा जर २७..., रा × एफ ८ मग २८ सी ७! ची चाल करून या पांढऱ्या प्याद्याचा नववजीर अटळ आहे.) **२८ सी ७, व एच ४** ही काळ्याची शेवटची आशा आहे. जर, २९ ह ई एफ १? मग काळा २९..., उं ई ५! आणि पुढे व एच २ शह मातचा धाक देऊन सी ७ चे प्यादे गारद करू शकतो. २९ ह एफ एफ १! काळा राजीनामा देतो. कारण सी ७ प्याद्याचा नव वजीर होण्यापासून थांबविता येत नाही.

परंतु प्याद्याचे नेहमीच नववजीर करीत नसतात. कधी कधी त्या प्याद्याचे फायदेशीर नवमोहऱ्यात रूपांतर केले जाते. ते पुढील स्थिती क्र. एकतीसमध्ये पाहू.

## स्थिती क्र. एकतीस

## प्यादे बढतीचा सुसंघटित मारा

प्यादे बढतीने नववजीर करण्याऐवजी फायदेशीर नवमोहऱ्यात रूपांतर करणे कसे इष्ट ठरते हे ए. ट्रॉटस्को यांच्या पुढील मनोहर डाव शेवटच्या अभ्यासक स्थितीत पाहू.

पांढरा पुढीलप्रमाणे आक्रमक बलिदानी चाल करून डाव कसा जिंकतो ते पहा. **१ घो एच ५, रा × एच ५, २ जी ७ काटशह, ह जी ६ शह!;**

याहून पुढील पर्याय मनोवेधक आहे. २..., रा एच ६, ३ जी ८ = ह! बढत प्याद्याचे नवहत्तीत रूपांतर करून पांढरा जिंकतो, कारण ३ जी ८ = व असे

प्याद्याचे नववजिरात रूपांतर करून भागत नाही. कारण मग काळा ३..., ह एफ १ शह! आणि आता पांढऱ्याने जर ४ रा × एफ १ ची चाल केली तर डाव कुंठित होऊन बरोबरी होते. आणि जर पांढरा ४ रा जी २ खेळला तर काळा ४... ह जी १ शहची चाल करून डाव बरोबरीत सोडवितो.

**३ उं × जी ६, रा एच ६! ४ जी ८ = घो शह!**

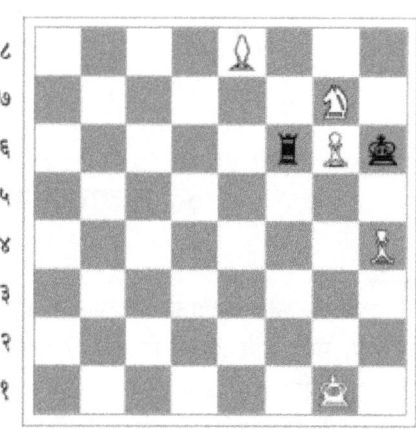

ए बी सी डी ई एफ जी एच
आकृती क्र. : ६२ (पांढऱ्याची खेळी आहे)

(परंतु येथे ४ जी ८ = व किंवा हत्ती नको मग अंती डाव बरोबरीत सुटतो.) ४..., रा जी ६, ५ रा जी २ ची चाल करून आणि एच प्याद्याची बढती नववजिरात करून पांढरा अंती डाव जिंकतो. तेव्हा परिस्थिती पाहूनच बढत प्याद्याचे रूपांतर फायदेशीर अशा नवमोहऱ्यात करणेच इष्ट ठरते.

## स्थिती क्र. बत्तीस

**प्यादे बढतीचा सुसंघटित मारा**

बढत प्याद्याचा समयोचित नवमोहऱ्यातच रूपांतर करणे इष्ट ठरते नाही तर डाव बरोबरीत सुटतो. उदा. स्थिती क्र. बत्तीस पहा.

**१ एफ ८ = ह!**

(येथे प्याद्याचा नववजीर केल्यास डाव कुंठित होऊन बरोबरी होते.)

**१..., रा एच ६;**
**२ ह एच ८ मात**

ए बी सी डी ई एफ जी एच
आकृती क्र. : ६३ (पांढऱ्याची खेळी आहे)
(तो दोन चालीत मात करतो)

# १०. डावाच्या बरोबरीसाठी

डाव जिंकला की एक गुण मिळतो. डाव बरोबरीत सोडविल्यास अर्धा गुण मिळतो; परंतु डाव हरला की शून्य गुण मिळतो तेव्हा सर्वनाश दिसत असता शहाणा कमीत कमी अर्धा गुण वाचविण्याचा प्रयत्न करतो. या सूत्रानुसार डाव हरण्यापेक्षा तो बरोबरीत सोडविण्यासाठी बुद्धिबळपटू अगदी निकराचे प्रयत्न कसे करतो, ते पुढील उदाहरणातून पाहू. जेव्हा खेळाडूची स्थिती अत्यंत निकृष्ट होते अथवा त्याच्या प्रतिस्पर्ध्याकडे वस्तुनिष्ठ (दलांचा) लाभ दिसून येतो तेव्हा तो शक्य ते उपाय योजून डाव हरण्याचे टाळतो. यामधील एक उपाय म्हणजे शह सातत्याने बरोबरी साधणे. याचे प्रात्यक्षिक आकृती क्र. चौसष्टमधील स्थितीतून पाहू.

या प्राप्त स्थितीतून काळा, उंटाचे आणि हत्तीचे अर्घ्य देऊन सक्तीने डाव बरोबरीत सोडवितो.

**१..., उं डी ४ शह !**

**२ ह (८) × डी ४,**

(पांढऱ्याला डी ४ मध्ये शहदायी काळ्या उंटाला मारणे भाग पडते; कारण, जर २ रा बी १ मग २... व ई ४ शह!)

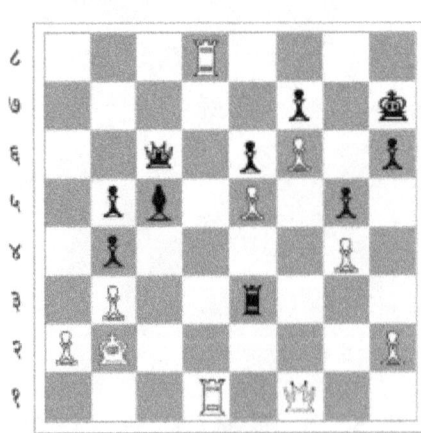

**आकृती क्र. : ६४ (काळ्याची खेळी आहे)**

**२..., ह × बी ३ शह !**

**३ ए × बी ३**

(आता येथे केव्हाही ३ रा × बी ३ ? नको मग ३..., व सी ३ मात होते.)

**३..., व सी ३ शह;**

(४ रा ए२, व सी २ शह; ५ रा ए १ व सी ३ शह वगैरे)

**४ रा बी १ व बी ३ शह ५ रा ए १, व ए ३ शह (किंवा व सी ३ शह) ४ रा**

**ए २, मग व सी २ शह; ५ रा ए १, व सी ३ शह.**

अशा रीतीने काळा सुसंघटित माऱ्याने शह सातत्याच्या आविष्कारातून तीच ती स्थिती पुन:पुन्हा तीनदा आणावयास लावून डाव सक्तीने बरोबरीत सोडवितो.

### (सुसंघटित मारा)
### (बरोबरी साधण्यासाठी)

एच. मॅटिसन यांचा डाव शेवटाच्या अभ्यासासाठी आकृती क्र. पासष्टमधील उद्‌बोधक स्थिती पहा.

पांढरा अशा प्रकारचा सुसंघटित मारा जारी करतो की त्यातून डाव कुंठित (स्टेलमेट) होऊन बरोबरी होते.

१ ए ४ शह!, रा बी ६; (येथे १..., रा × ए ४? नको कारण, मग २ ह × सी ५ ने पांढरा जिंकतो. आणि जर १..., रा बी ४? मग २ उं ई १ शह, आणि पुढे ३ ह सी ५)

८ ७ ६ ५ ४ ३ २ १

ए बी सी डी ई एफ जी एच

**आकृती क्र. : ६५ (पांढऱ्याची खेळी आहे)**

२ उं एफ २, सी १ = व **३ ह × सी ५! व × सी ५ ४ रा एच १!!**

(या चालीतूनच डाव शेवटातील नेमका मुद्दा निश्चितपणे दिसतो. कारण जुन्या चालीनुसार येथे ४ उं × सी ५ शह मग रा × सी ५ ने पांढरा डाव हरतो.)

व × एफ २;

आणि पांढऱ्या राजाची चाल असूनही त्याला नियमाप्रमाणे चाल करता येत नसल्याने डाव कुंठित होतो व बरोबरीत सुटतो.

### सुसंघटित मारा
### (बरोबरी साधण्यासाठी)

आतापर्यंतच्या दोन उदाहरणांशिवाय बरोबरी साधण्याचे आणखी इतरही काही मार्ग आहेत.

उदा. विरोधी मोहरे (वा प्यादे) अशा स्थितीत सापडलेले असते की, त्याच्यावर पुनरपि चाली करून गारद केले असता, प्रतिस्पर्ध्यावर पुन:पुन्हा त्याच त्या चाली

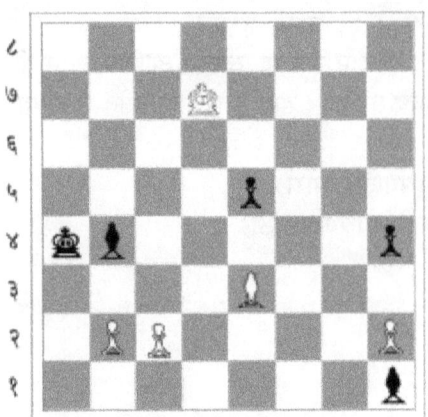

ए बी सी डी ई एफ जी एच
आकृती क्र. : ६६ (पांढऱ्याची खेळी आहे)

सक्तीने लादता येतात व त्यातून बरोबरी साधता येते. यासाठी ट्रॉटस्की यांच्या डाव अभ्यासातील पुढील उद्बोधक स्थिती पहा.

आ. क्र. सहासष्टमधील स्थितीत पांढरा, काळ्या उंटावर सतत मारा जारी करून डाव बरोबरीत सोडवितो.

**१ सी ३, उं एफ ८**

(येथे जर १..., उं ए ५ मग २ बी ४, ने काळ्या उंटावर मारा करून त्याला कोंडीत पकडून मारता येते.)

**२ रा ई ८, उं जी ७, ३ रा एफ ७, उं एच ८, ४ रा जी ८, उं एफ ६, ५ रा एफ ७, उं डी ८, ६ रा ई ८, उं ए ५.**

आता जर ६... उं सी ७ मग रा डी ७ वगैरे यातून निराळे काही साधत नाही. **७ बी ४, उं सी ७, ८ रा डी ७, उं बी ८ ९ रा सी ८,** आणि शेवटी डाव सक्तीने बरोबरीत सोडविला जातो.

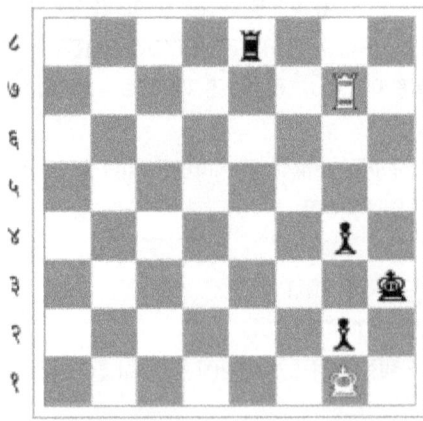

ए बी सी डी ई एफ जी एच
आकृती क्र. : ६७ (पांढऱ्याची खेळी आहे)

## सुसंघटित मारा
### (बरोबरी साधण्यासाठी)

बरोबरी साधण्यासाठी तीनशे वर्षापूर्वी बुद्धिबळपटूंना, जोरदार आवेशी हत्ती नामक सुसंघटित माऱ्याने बरोबरी साधण्याची कला अवगत होती.

**१ ह एच ७ शह! रा जी ३**

(आता पांढऱ्या राजाची चाल कुंठित झाल्याची पाहून, पांढरा हत्ती रागाने बेभान होऊन विरोधी काळ्या हत्तीवर साठमारी

टकरावर टकरा सतत देऊन आत्मबलिदानासाठी नेटाने तुटून पडतो.)

**२ ह ई ७! ह डी ८; ३ ह डी ७!** वगैरे अंती डाव बरोबरीचा होतो.

### सुसंघटित मारा
### बरोबरी साधण्यासाठी

मागील आ. क्र. सदुसष्टमध्ये जोरदार आवेशी हत्तीमुळे सक्तीने बरोबरी कशी साधता येते हे पाहिले. आता पुढील आ. क्र. अडुसष्ट पहा.

**काळा खेळतो आणि सक्तीने बरोबरी करतो?**

उदा. - काळा पुढील-प्रमाणे आक्रमक बलिदानी चाल करून सक्तीने बरोबरी करतो. **१..., ह जी ६ शह; २ रा एच ५, ह जी ५ शह वगैरे...**

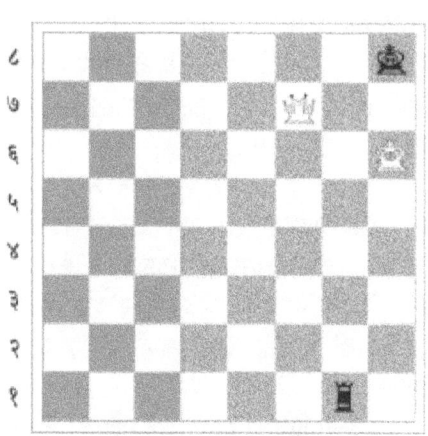

ए बी सी डी ई एफ जी एच

**आकृती क्र. : ६८ (काळ्याची खेळी आहे)**

### सुसंघटित मारा
### (विविध कल्पनांची जोड)

मथळ्यामध्ये नमूद केल्याप्रमाणे सुसंघटित माऱ्यामध्ये विविध कल्पनांचा आविष्कार दिसून येतो. याचे एक नेत्रदीपक उदाहरण ॲण्ड्रीव्ह आणि डॉल खानोव यांच्या लेनिनग्राड येथील १९३५ मध्ये झालेल्या एका रोमहर्षक डावातून घेतले आहे ते पुढे दिले आहे.

सद्य:स्थितीत काळ्याच्या दृष्टीने अत्यंत भयंकर धोका दिसून येतो. पांढरा २ उं जी १ ची

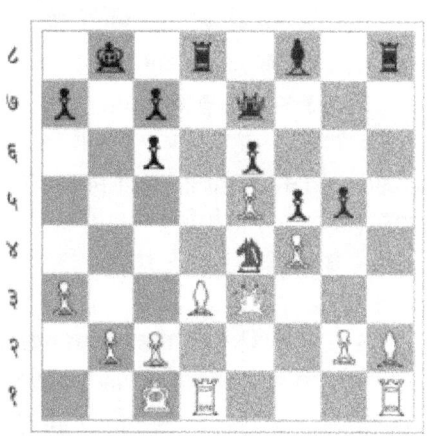

ए बी सी डी ई एफ जी एच

**आकृती क्र. : ६९ (पांढऱ्याची खेळी आहे)**

चाल करून, वजिराच्या साहाय्याने काळ्या राजावर शह मार्‍याचा धाक देण्याच्या तयारीत आहे.

उदा - ३ व × ए ७ शह आणि ४ उं ए ६ शह मात तसेच एच ८ च्या हत्तीवरील मारा जारी होतो.

परंतु आता खेळी काळ्याची असल्याने तो वरील धोका जाणूनच अनपेक्षितपणे पुढीलप्रमाणे टोला हाणून पांढऱ्याला संभाव्य हल्ला करण्यापासून वंचित करतो. उदा.

**१...., ह × एच २, २ ह × एच २, व × ए ३;**
(हा आणखी एक अनपेक्षित बलिदानी टोला काळ्याने हाणून, पांढऱ्याची बचाव फळी उद्ध्वस्त करण्याचा बेत केला आहे.)

**३ बी × ए ३, उं × ए ३ शह ४ रा बी १, घो सी ३ शह, ५ रा ए १, उं बी २ शह! (भुलावणी आहे) ६ रा × बी २, घो × डी १ द्विघाती शह!**
**(असा द्विघाती शह देऊन पांढऱ्या वजिराला गारद करता यावे, यासाठीच एच १ मधल्या हत्तीला अगदी पहिल्या खेळीने स्थानभ्रष्ट केले होते.)**

**७ रा हलतो, घो × ई ३** (अशाप्रकारे मारामारी करून काळ्याने भरपूर वस्तुनिष्ठ लाभ करून घेतला होता.)

आता २...., व × ए३ ने देऊ केलेले काळ्या वजिराचे बलिदान पांढऱ्याने नाकारण्यासाठी जर ३ रा बी १ किंवा ३ सी ३ ची चाल (३...., व ए १ मात टाळण्यासाठी) केली तर मग काय होते ते पाहू.

**(अ) ३ रा बी १? घो सी ३ शह! ४ बी × सी ३, रा ए ८ आणि पुढे ५...., ह बी ८ ने मात करता येते.**

**(ब) ३ सी ३, व ए १ शह ४ रा सी २, व ए ४ शह ५ रा सी १,** (जर ५ बी ३? मग व ए २ शह आणि ६ रा सी १, उं ए ३ मात होते.) **५...., उं सी ५** (याने पांढऱ्याचा पुढावा मोडून काढून काळ्या घोड्याच्या संभाव्य... घो एफ २ च्या चालीसाठीची पूर्वतयारी केली आहे.)

**६ व एफ ३,** (जर ६ व ई २ किंवा ६ व ई १ मग ६...., घो एफ २ चा धाक आहेच.)

**६...., जी ४! ७ व एफ १, घो एफ २** (ने ८...., घो × एच १ चा धाक देता येतो. तसेच व × एफ ४ शहाचा धाकही देता येतो.) अशा रीतीने काळ्याने केलेला प्रज्ञादीपक सुसंघटित मार्‍याचा प्रभाव सुरुवातीपासून शेवटापर्यंत परिणामकारक रीतीने दिसून येतो. सुसंघटित मार्‍याचे तत्त्व, सूत्र व तंत्र हा भाग आता संपला आहे. आता 'स्थिती समस्या' पुढील प्रकरणात दिल्या आहेत.

# ११. स्थिती समस्या

## संच क्र. एक : आकस्मिक मृत्यू

यामधील पहिल्या दहा स्थिती समस्यांच्या संचामध्ये डावाचा शेवट एका चालीने ठरतो. म्हणजे ती चाल अशी निर्णायक व जोरदार असते की, त्याचे प्रलयकारी परिणाम पाहूनच प्रतिस्पर्धी राजीनामा देतो. अर्थात हा निर्णय तो आपल्या दलांची टाळता न येणारी भयंकर हानी पाहूनच घेतोय आणि तेही त्याच्यावर, प्रत्यक्ष मात न होताच ठरवतो.

तरबेज बुद्धिबळपटू यामधील बऱ्याच समस्या एका दृष्टिक्षेपात सोडवू शकतील व त्यासाठी त्यांना काही मिनिटांचा अवधीही पुरेसा होईल; परंतु बऱ्याच खेळाडूंना या समस्या सोडविण्यासाठी खूप वेळ दवडावा लागेल. तेव्हा, या समस्या सोडविणे हे त्यांना जेव्हा कठीण वाटेल, तेव्हा त्याची उकल करण्यासाठी कोणते सूत्र उपयुक्त ठरते याचा डोळसपणे विचार करावा. यासाठी अगदी सुरुवातीपासून सुसंघटित माऱ्याची सर्वसाधारण सूत्रे तत्त्व विषद केली होती, तीच सूत्रे त्यांना या ना त्या स्वरूपात त्या त्या स्थिती समस्या सोडविण्यासाठी उपयोगी पडतील. या संचातील पहिल्या १० समस्यांपैकी १ ते ३ समस्या तशा सोप्या वाटतील, ४ ते ७ मध्यम कठीण, तर ८ ते १० अतिअवघड वाटतील.

### स्थिती समस्या क्र. १

**सहायक सूचना -**

'डी ५'च्या काळ्या वजिराचे (संरक्षणासाठी) जोर देण्यासाठी डी ८ चा काळा हत्ती सर्वस्वी गुंतला आहे, त्याला या एकमेव कार्यापासून वंचित केले की इतर कोणताही बचाव करण्यास तो असमर्थ ठरतो. यातूनच उत्तर गवसेल.

**स्थिती समस्या १ चे उत्तर :** स्थिती समस्या १ ही, १९६७ मध्ये, युगोस्लाव्हिया येथे मिनिक वि. ब्रुकीक यांच्या डावातील आहे.

**१ ह ई ८ शह!,** काळा राजीनामा देतो. कारण जर (अ) १..., ह × ई ८, मग २ व × डी ५ तेव्हा केवळ हत्तीसाठी, काळ्याला वजीर द्यावा लागतो. किंवा

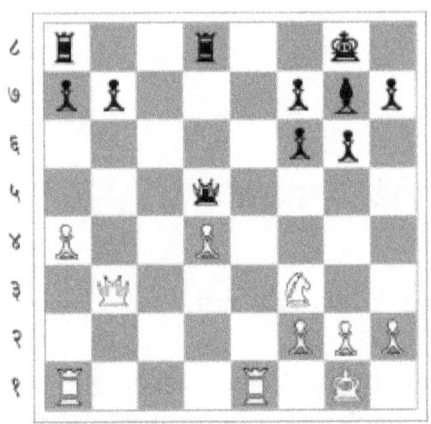

ए बी सी डी ई एफ जी एच


**आकृती क्र. : ७० (पांढरा खेळतो व जिंकतो)**

जर (ब) १..., उं एफ ८ २ व × डी ५, ह × डी ५ ३ ह × ए ८ १, येथे काळ्याचा एक हत्ती फुकटात मारला जातो; या दोन्ही बाबतीत काळ्याची बुद्धिबळ दले फुकटात मारली जातात. तसेच पांढऱ्याला निर्णायक स्थितीवाचक लाभ मिळाल्याने तो अंती सहज जिंकतो. या मागील (कल्पना) सूत्र - कार्यपीडित बोजा आणि रेषाघात - कित्येक बुद्धिबळ पंडितांच्या डावामध्ये पिछाडीच्या रांकेतून शह देऊन (येथे वजिराला जोर करणाऱ्या) बचावखोर हत्तीवर कार्यपीडित बोजा टाकून विचलित करणे ही कल्पना बऱ्याचवेळी प्रत्ययास येते. या स्थितीमधील रेषाघाताचा प्रकार असाधारण असल्यामुळे याकडे सहसा दुर्लक्ष होते. साधारणपणे रेषाघातात सापडलेल्या मोहऱ्याला ते मूल्यवान असल्याने, प्रथम ताबडतोब हलविणे भाग पडते.

या स्थिती समस्येत मात्र अत्यावश्यक (असे पांढऱ्या वजिराला मारून काढण्याचे) काम करण्यासाठी त्याला हलवणे भाग पडते.

ए बी सी डी ई एफ जी एच


**आकृती क्र. : ७१ (काळा खेळतो व जिंकतो)**

### स्थिती समस्या क्र. २

**सहायक सूचना -**

समजा एफ २ मध्ये पांढरा वजीर नसता तर मग, काळा वजीर एका चालीत मात करतो? (ती कशी?) तेव्हा या मातच्या बचावापासून पांढऱ्या वजिराला वंचित करणे, या स्थितीचा पुरेपूर फायदा काळ्याने उठवावयास हवा, म्हणजे उत्तर गवसेल.

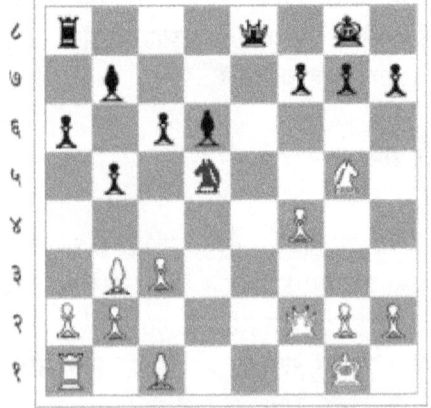

**स्थिती समस्या क्र. २ चे उत्तर :** ही समस्या सायजन येथे १९७० मध्ये सॅली (पां.) बॅरियर (का.) बेलकॅडी यांच्या डावातील आहे.

**उत्तर : १..., उं सी ५ पांढरा राजीनामा देतो.** कारण जर २ व × सी ५ मग २..., व ई ८ मात होते. नाही तर केवळ उंटासाठी पांढरा वजीर द्यावा लागतो. या मागील कल्पना सूत्र : ईर (पिन) आणि कार्यपीडित बोजा (ओव्हर लोड) हे होय. अनुभवी खेळाडूच्या लक्षात ताबडतोब पुढील दोन गोष्टी येतात. (अ) राजा आणि वजीर जी १ - ए ७ या कर्णावर आहेत. (ब) त्याचवेळी पांढऱ्या वजिराला ई १ मधून होणारी संभाव्य मात रोखणे आवश्यक ठरते. तेव्हा तुम्हाला वाटल्यास तुम्ही कार्यवंचित (डिकॉय)चा सुसंघटित मारा म्हणू शकता, कारण पांढऱ्या वजिराला त्याच्या अत्यावश्यक (ब) कार्यापासून विचलित करून सी ५ च्या उंटाला मारण्याचे कार्य करावे लागते; परंतु माझ्या मते पांढऱ्या वजिरावर कार्यपीडित बोजा आहे. कारण १..., उं सी ५ चालीमुळे त्याच्यावर दुहेरी कामाचा बोजा पडतोच. येथे आणखी एक ठळक बाब दिसते. ती म्हणजे काळे बी चे प्यादे जर बी ६ मध्ये असते तर १--- उं सी ५ ची चाल काळा साहजिकच करेल. हे उघड दिसून येते. (असे हे एक उदाहरण आहे की, त्यावरील सूत्रासाठी आ. क्र. नऊवरील स्पष्टीकरणही पहावे.)

## स्थिती समस्या क्र. ३

(अ) काळा खेळतो, तो कसा काय जिंकतो?

(ब) डी ७ मधल्या काळ्या घोड्याऐवजी जर तेथे काळा हत्ती असता तर मग काय फरक पडतो?

**सहायक सूचना -**

(अ) ई ८ चा काळा हत्ती पिछाडीची रांग सोडू शकणार नाही का?

(ब) प्रतिटोला देण्याची संधी पांढऱ्याला मिळते का याचा कानोसा दक्षतापूर्वक घ्या.

**स्थिती समस्या क्र. ३ चे उत्तर :** ही स्थिती १९७० मध्ये प. जर्मनीत, (पां.) केस्टल (का.) सस यांच्या डावातील आहे.

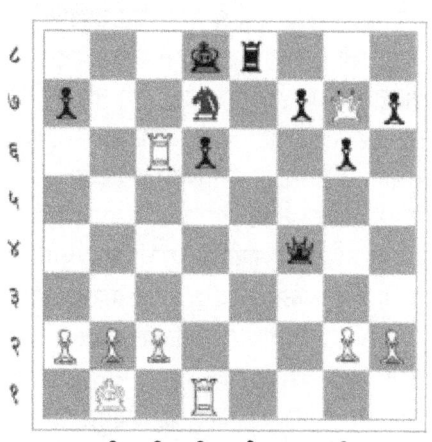

ए बी सी डी ई एफ जी एच

**आकृती क्र. : ७२**

**उत्तर - (अ) १..., व डी २! पांढरा राजीनामा देतो.** (जर २ ह × डी २, मग २... ह ई १, शह, ३ ह डी १, ह × डी १ मात; कल्पनासूत्र-पिछाडीच्या रांगेतील मात व कार्यपीडित बोजा किल्लेकोटाच्या राजापुढील प्यादे जेव्हा हलविले नसेल, तेव्हा पिछाडीच्या रांगेतून मातचा धोका असतो. या कारणामुळे कमकुवत खेळाडू पहिली संधी मिळताच ए ३ (वा एच ३ / ए ६ / एच ६) मध्ये प्यादे चालवतात; परंतु ही प्रथा चुकीची ठरते. कारण प्रथम डाववाढ साधणे हे महत्त्वाचे ठरते, पुढे मागे संभाव्य बचावासाठी ए ३ ची समयोचित चाल उपयोगी पडते.

आता या स्थितीत, पांढऱ्याला बचाव करता येतो की नाही, याची खातरी करून घेण्यासाठी या स्थितीचे सूक्ष्म विश्लेषण करू, काळ्याने १..., व डी २! चाल केली आहे. तेव्हा पांढऱ्याने (क) २ ह × डी ६ ची चाल केल्यास त्याचे दोन्ही हत्ती एकमेकांना पूरक जोर देऊ शकतील का? परंतु काळा २..., व × डी ६! ची चाल करील; तेव्हा डी १ चा पांढरा हत्ती डी ६ मधील काळ्या वजिराला परत मारून काढू शकणार नाही. किंवा (ख) जर २, ह सी १, ह ई १ ची चाल करून काळा अंती जिंकतोच तेव्हा अगदी प्राणावर उदार होऊन, यातून सुटका करून घेण्यासाठी पांढरा (ग) २ व एफ ६ शह, घो × एफ; ६ ३ ह × डी ६ शह, व × डी ६; ४ ह × डी ६ शह, रा सी ७ ५ ह डी १, या मारामारी अखेर पांढऱ्याचे एक मोहरे कमी होते आणि वस्तुनिष्ठ व स्थितीवाचक लाभ काळ्याला मिळतो. या शेवटच्या (ग) चाली प्रणालीतून (ब) प्रश्नाचे 'डी ७' मधल्या काळ्या घोड्याऐवजी, काळा हत्ती जर तेथे असता तर मग काय फरक पडतो, याचे उत्तर गवसते. फरक पडतो! तो जमीन-अस्मानाएवढा आहे. कारण अशा या स्थितीत, मग पांढरा २ व एफ ६ शह, मग दोहोपैकी एक काळा हत्ती २..., ह ई ७ मध्ये काळ्याला हलविणे भाग पडते. तेव्हा पांढरा ३ ह × डी २ ही चाल बिनधोक करू शकतो. कारण ई ७ मधल्या हत्तीस वजिराने ईरेस धरल्याने तो ह ई १ शहची चाल करू शकत नाही. तेव्हा अशा या नवस्थितीत, अशा प्रकारचा आत्मघातकी सुसंघटित माऱ्याचा आविष्कार करण्याने काळ्यापुढे कोणते धोके उभे राहतात, हे दिसून येईल. तेव्हा आक्रमक सुसंघटित मारा करावयाच्या आधीच आपल्यावर प्रतिहल्ला होणार नाही ना, याची खेळाडूने प्रथम खातरी करून घेणे अत्यावश्यक ठरते. येथे काळ्याचा व × डी १ मातचा निर्णायक मारा इतका जोरदार आहे की, त्याआधी तितकाच जोरदार प्रतिहल्ला करणारी शहाची चाल ध्यानात घेणे अत्यावश्यक ठरते. तेव्हा आपोआपच मनात विचार येतात की, पांढऱ्याच्या शहमारक अशा कोणत्या चाली असतील की त्यामुळे ३ च्या समस्या स्थितीत बिघाड उत्पन्न करतील. येथे फक्त तशा दोन चाली आहेत. (एक) २ ह सी ८ शह, रा × सी ८ मग ३ व सी ३ शह, व × सी ३; ४ बी × सी ३ यामुळे पांढऱ्यावर लगेच

होणारी मात वाचते खरी; परंतु त्यासाठी त्याला एका मोहऱ्याचे बलिदान करावे लागते. परंतु यामुळे काळ्याच्या सुसंघटित माऱ्याला फारशी बाधा येत नाही. (दोन) २ व एफ ६ शह,--- ची चाली प्रणाली घातक आहे. अशा प्रकारे सूक्ष्म विश्लेषण न करता, बुद्धिबळपटू मनाशी विचार करतो की, माझा राजा उघड्यावर आहे, त्यावर लक्ष ठेवावयास हवे आणि २ व एफ ६ शहने माझा घात होतो तेव्हा १--- व डी २ चाल नको असे केवळ ५ सेकंदात तो ठरवतो, तेव्हा वर साधकबाधक विचार केलेली ती सुवर्णसंधी तो घालवून बसतो.

## स्थिती समस्या क्र. ४

**सहायक सूचना**

तुम्ही त्वरित सक्तीने मात करू शकता, मुस्कटदाबी करून मात करण्याची कल्पना या मागे आहे.

**स्थिती समस्या क्र. ४ चे उत्तर :** ही स्थिती १९४६ मध्ये लंडन येथे अब्राहॅमस्ट वि. विंटर यांच्या डावातील आहे. **उत्तर :** या स्थितीत स्वाभाविकपणे होणारी चाल म्हणजे १ घो ई ७ शह, याने फक्त बरोबरी साधता येते. उदा. १ घो ई ७ शह, ह × ई ७ २ व × ई ७, व सी १ शह ३ रा एच २, व एच ६ शह; ४ व एच ४, व × एच ४ देऊन काळा डाव शेवटामधील उंटाची बरोबरी करतो.

**आकृती क्र. : ७३ (पांढरा खेळतो व जिंकतो)**

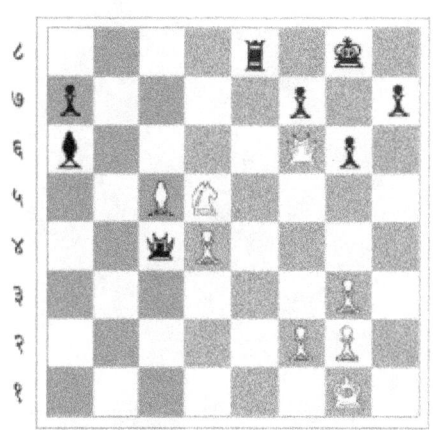

तरीही, एक असाधारण चाल **१ उं एफ ८,** काळ्याला सक्तीने राजीनामा देण्यास भाग पाडते. उदा. जर (अ) १..., रा × एफ ८ मग २ व एच ८ मात; किंवा जर (ब) १..., ह × एफ ८, मग २ घो ई ७ मात; किंवा जर (क) १..., व × डी ५ मग २ व जी ७ मात किंवा जर (ड) १..., व सी १ शह, २ रा एच २, तेव्हा एफ ८ मध्ये आलेला पांढरा उंट २..., व एच ६ शह देण्याला मना करतो. कदाचित, या सुसंघटित माऱ्यांतील ही सर्वांत कौतुकास्पद बाब ठरेल. हा भासतो

तितका सोपा सुसंघटित मारा नाही. कारण, काळ्या घरांवरील, प्रकर्षाने दिसून येणारा काळ्याचा कमकुवतपणा लक्षात घेता, काळ्या कर्णघरांतून वावरणारा (सी ५ मधला) पांढरा उंट हेच गुरुकिल्लीचे मोहरे ठरते. तशात, व जी ७ आणि व एच ८ या घरांतून होणारा असा मातचा प्रकार अगदी क्वचितच आढळतो. समयोचित संधीचा पांढऱ्याला निर्णायकपणे उपयोग करून घेता येईल असे परिणामकारक पांढऱ्याचे मोहरे, या उलट, जी ७ चा बचाव करू शकणाऱ्या काळ्या उंटाचा अभाव, तशात एफ ७, जी ६, एच ७ च्या प्यादी रचनेतील अंगभूत अंतस्थ कमकुवतपणा दाखविणारे हे एक असाधारण उदाहरण आहे.

## स्थिती समस्या क्र. ५

स्थिती समस्या क्र. ५ चे उत्तर : ही स्थिती सॅन्नर वि. सेंट बॉन्नेट यांच्या डावातील आहे.

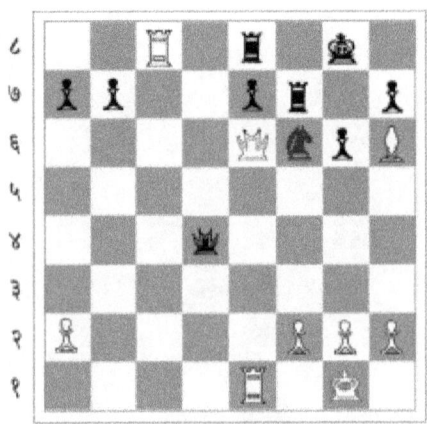

ए बी सी डी ई एफ जी एच
**आकृती क्र. : ७४ (पांढरा खेळतो व जिंकतो)**

### सहायक सूचना

इष्ट स्थितीचे बारकाईने विश्लेषण न करता, कोणतेही दल (मोहरे) सुरक्षित असून, ते अगदीच भेदनीय नाही असे कधीही गृहीत धरून चालू नये.

**उत्तर : १ व × एफ ६, काळा राजीनामा देतो.** कारण जर (अ) १...., ह × एफ ६; २ ह × ई ८ शह, रा एफ ७ ३ ह एफ ८ मात; (ब) १...., व × एफ ६ २ ह × ई ८ शह, ह एफ ८; ३ ह × एफ ८ शह, व × एफ ८ ४

उं × एफ ८, आणि पांढऱ्याकडे एक सबंध हत्ती उरतो मग तो सहज मात करतो. (क) १...., ई × एफ ६ २ (कोणत्याही) ह × ई ८ शह, ह एफ ८ ४ ह × एफ ८ मात; (ड) १...., ह × सी ८; २ व × डी ४ मग पांढरा सहज मात करतो.

सुसंघटित माऱ्यामागची कल्पना : सुरंगपेरणी, (अंडर माइनिंग) आणि दुहेरी हल्ला : ई ८ मधल्या काळ्या हत्तीला घोड्याने जोर करणे ही अगदी अत्यावश्यक बाब आहे. तेव्हा पांढरा, त्या घोड्याला मारण्यासाठी वजिरासारख्या मोठ्या

मोहऱ्याचेही बलिदान करतो. येथे एक बाब ध्यानात घेणे आवश्यक आहे ती म्हणजे काळा वजीर बिनजोर आहे.

**म्हणूनच १ व × एफ ६** ने दुहेरी धाक देता येतो. (एक) २ ह × ई ८ शह आणि (दोन) २ व × डी ४ परंतु सी ५ मध्ये जर काळे प्यादे असते तर मग १ व × एफ ६?

ही घोडचूक ठरते कारण मग १..., ह × सी ८ ही चाल करून काळा, पांढऱ्याचा बीमोड करतो.

मानसिक मनोवृत्तीची मनोरंजक बाब म्हणजे (एक) एफ ६ मधल्या काळ्या घोड्याला फक्त एकच जोर असता तर मग १ व × एफ ६ ची चाल सहजासहजी सुचली असती. (दोन) परंतु येथे घोड्याला हत्ती अधिक वजिराचा असा भक्कम जोर असल्याकारणाने एफ ६ मधला घोडा वजिराने घेण्यास कोणी धजावला नसता. म्हणजे १ व × एफ ६ ची चाल झिडकारली असती. येथे आणखी एक ठळक बाब म्हणजे जी ८ मध्ये किल्लेकोटात असणारा काळा राजा, तेव्हा एच ६ मधल्या पांढऱ्या उंटामुळे एफ ८ मध्ये हत्ती आणून मात करिता येते. अशा किल्लेकोटाच्या आकृतिबंधात असणाऱ्या राजावर मात करण्याच्या अनेक प्रकारांपैकी हा एक नमुनेदार प्रकार होय.

## स्थिती समस्या क्र. ६
## पांढऱ्याची खेळी आहे

ही समस्या व्हरकॅनटरीन वि. स्वेन्सन यांच्या पत्रोत्तरी डावातील आहे.

**१ ह × इ ६! काळा राजीनामा देतो.**

**सहायक सूचना :** स्थिती समस्या क्र. २ मध्ये जी कल्पना आहे तीच (कल्पना) छुप्या अवस्थेत या स्थिती क्र. ६ मध्ये आढळून येते.

**उत्तर :** जर १... व × ई ६, मग २ उं सी ४! व × सी ४ ३ व × ई ८ मात. सुसंघटित माऱ्यामागील कल्पना, कार्यवंचित

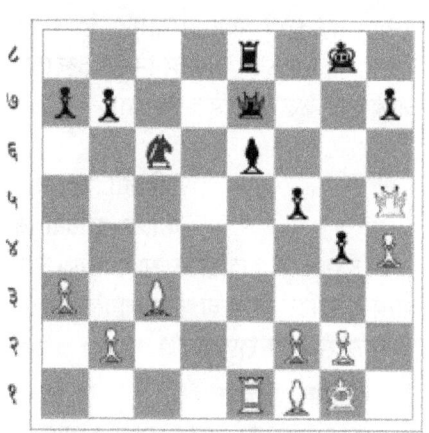

**आकृती क्र. : ७५**

करणे (डिकॉय) ईर (पिन) आणि कार्यपीडित बोजा (ओव्हर लोड) १ ह × ई ६ व × ई ६ यानंतर उद्‌भवणारी स्थिती ही तत्त्वत: अगदी तंतोतंत स्थिती क्र. २ प्रमाणे आहे. या क्र. २ मध्ये राजा आणि वजीर एकाच समायिक कर्णावर आहेत आणि तशात वजीर, ई १ च्या घराला जोर देण्यासाठी बांधलेला आहे. सुरुवातीच्या बलिदानाने वजिराला कार्यवंचित करून त्याला प्राणघातक घरात जावे लागते. अशा प्रकारच्या सुसंघटित माऱ्यांचा त्वरित बंधांच्या स्थिती व मूलभूत सुसंघटित माऱ्यांच्या कल्पना अगदी संपूर्णपणे आत्मसात करावयास लागतात. निष्णात बुद्धिबळपटूला काळ्याच्या स्थितीमधील पुढील सुप्त कमकुवतपणाची कल्पना तत्काळ येते १) हत्तीवर 'मारा' जारी आहे (२) ई पट्टीवरील 'ईर' (३) जर काळा वजीर लांब गेला तर मग वजीर जी ५ चा शह व जी ७ मध्ये मात होण्याची शक्यता (४) ए २ जी ८ या कर्णावरील जी ८ मध्ये असणाऱ्या काळ्या राजावरील संभाव्य मातच्या शक्यता. या सर्व बाबी ध्यानात ठेवून तो बुद्धिबळपटू पुढीलप्रमाणे विचार करतो की ईरचा फायदा, आपला कार्यभाग साधण्यासाठी करून घेता येईल का? होय १ उं सी ४, परंतु मग १..., उं × सी ४ २ व × ई ८ शह, व × ई ८ ३ ह × ई ८ शह, रा एफ ७ ने विजय प्राप्त करता येतो; परंतु याहूनही सरस काही आहे काय? कदाचित १ ह × ई ६, व × ई ६ २ व जी ५ शह, आणि ३ व जी ७ मात छे, असे होणार नाही, काळा २..., व जी ६ ची चाल करू शकतो आणि जर ३ उं सी ४ शह मग ३..., रा एफ ८ चालेल; परंतु १ ह × ई ६ चालीमुळे काळा वजीर ए २ - जी ८ या जी ८ मध्ये राजा असणाऱ्या कर्णावरच येतो, तेव्हा केव्हाही १ ह × ई ६, व × ई ६; २ उं सी ४! सर्वोत्कृष्ट आहे. अशा बऱ्याच कमकुवत बाबी अभ्यासून, विजिगीषू सुसंघटित माऱ्यांचा सखोल विचार करून, या कमकुवत बाबींवर निर्घृण हल्ला चढविणारा उत्कृष्ट सुसंघटित माऱ्याचा आविष्कार करून तो डाव जिंकतो.

## स्थिती समस्या क्र. ७
## काळा खेळतो व जिंकतो

(असाधारण डाव शेवट आहे. प्रत्यक्ष डाव खेळताना, निष्णात बुद्धिबळपटूलाही योग्य सुसंघटित माऱ्याचा शोध लागेलच असे नाही; परंतु समर्पक शोध लावावयाचा ठरविल्यास शोध लागतोही.)

**सहायक सूचना**

जर जी ५ मध्ये पांढरा वजीर असता तर तुम्ही नेमकी कोणती चाल कराल, ही कल्पना वापरून तुम्हाला विजिगीषू चाल गवसते का पहा.

**उत्तर : काळ्याची खेळी आहे.**

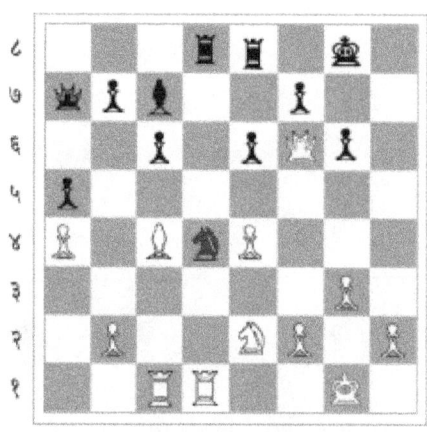

**१..., उं ई ५; २ पांढरा राजीनामा देतो.** कारण, जर २ व × ई ५, किंवा २ व जी ५ किंवा २ व एच ४ मग काळा २..., घो एफ ३ द्विघाती शह देऊन पांढरा वजीर मारतो, तशाच पांढऱ्या वजिराला सुरक्षित असे पलायन घरच उरत नाही तेव्हा तो मारला जातो. सुसंघटित माऱ्यामागची कल्पना : कार्यवंचित करणे (डिकॉय) व द्विघाती हल्ला (फोर्क). या संचामधील ही स्थिती समस्या अगदी जटिल दिसते आणि प्रत्यक्ष डाव खेळताना, ही माऱ्याची कल्पना सुचेलच असे नाही; कारण वर वर पाहता पांढऱ्याची स्थिती अगदी समाधानकारक वाटते आणि उघडपणे त्यामध्ये काही कमकुवतपणा आहे याची जाणीव होत नाही. या स्थितीचा साधकबाधक विचार करता प्रथम, संभाव्य... घो एफ ३ शह माऱ्याची कल्पना साकारता आली की मग, यामधून कोणत्या प्रकारचा लाभ उठवता येतो. याला तत्काळ चालना मिळते; दुसरा मुद्दा असा की,... घो एफ ३ शह दिला असता, तत्काळ, खेळाडूचे लक्ष्य, घोड्या समोरील माऱ्यात येणाऱ्या, डी २, ई १, जी १, एच २ या घरांवर वेधले जाते; परंतु घोड्याच्या मागील माऱ्यात येणाऱ्या डी ४, ई ५, जी ५, एच ४ या घरांकडे केव्हा केव्हा दुर्लक्ष होते. तेव्हा प्रत्यक्ष डाव खेळताना अशा प्रकारचा खेळातील कमकुवतपणा खेळाडूच्या अंगाशी येतो.

**आकृती क्र. : ७६**

## स्थिती समस्या क्र. ८
## काळा खेळतो आणि जिंकतो

### सहायक सूचना

काळा वजीर धोक्यात आहे खरा, परंतु बी ४ मधला बिनजोर पांढरा वजीर पांढऱ्याच्या दृष्टीने धोक्याचा इशारा ठरतो. तेव्हा काळा वजीर जरी धोक्यात असला तरीही विस्मयकारक रीतीने मार्ग शोधून पांढऱ्याच्या या कमकुवत स्थितीचा पुरेपूर फायदा काळा कसा घेऊ शकेल हे शोधले की उत्तर गवसते.

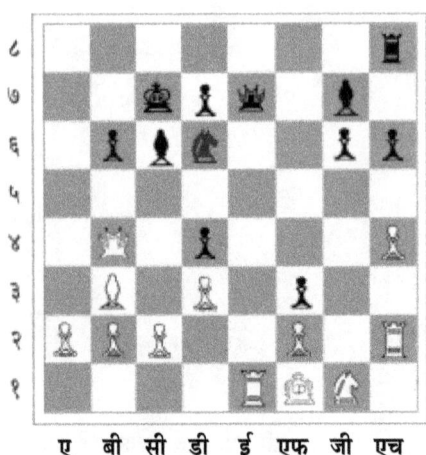

ए बी सी डी ई एफ जी एच

**आकृती क्र. : ७७**

ही आणखी एक सुसंघटित माऱ्याचा आविष्कार दाखविणारी स्थिती आहे. अशी स्थिती बऱ्याच डावामध्ये उद्‌भवतेही.

**काळ्याची खेळी आहे; उत्तर : १..., घो ई ४! २ पांढरा राजीनामा देतो.** कारण जर (अ) २ व × ई ७, घो डी २ मात किंवा जर (ब) २ डी × ई ४, व × बी ४ ने पांढरा वजीर फुकटात मरतो. या पाठीमागील सुसंघटित माऱ्याची कल्पना : बिनजोर मातब्बर मोहऱ्यावर उघडा केलेला छुपा हल्ला. डाव खेळताना अशा प्रकारे असाधारण कल्पना बऱ्याच वेळा प्रत्यक्षात उतरवता येते. एका परिचित स्थितीत, उदा. **(पांढरी)** रा. बी १ व डी २, ह डी १, घो सी ३, प्यादे बी २ **(काळी)** रा जी ८, व ए ५, घो डी ७, प्यादे ई ७ (इतर दले अप्रासंगिक आहेत. फक्त काळा वजीर मात्र बिनजोर आहे.) मग पांढरा १ घो डी ५ ची चाल करतो. तेव्हा जर १..., व × डी २ मग २ घो × ई ७ शह, रा एच ८; ३ ह × डी २ ने वजीर गारद करतो. (अशा आश्चर्यजनक प्रकारे माजी विश्वविजेता स्पाकी, जगज्जेतेपद सामन्याच्या आठव्या डावाला आव्हानवीर फिशरच्या जाळ्यात फसतो.) यामधून खास बोध घ्यावयाचा म्हणजे जेव्हा जेव्हा बुरख्याआड दडलेली दहशत असते, त्याचा छुपा मारा. विशेषत: बिनजोर वजिरावर उघडा केला जातो, तेव्हा अशा मारक छुप्या दलाची संभाव्य चाल कशी होईल, हे दक्षतेने पाहणे भाग पडते. या आठव्या समस्येत पांढऱ्याचे सहजच दुर्लक्ष झाले; कारण (१) खुद्द पांढऱ्याचा, काळ्या वजिरावर मारा जारी असतो. परंतु (२) आश्चर्याची बाब अशी आहे की, ज्या घरातून (येथे डी २) मात होते, त्या घरावर मारा करण्यासाठी तेथे पांढऱ्या वजिराला हलविता येत नाही. तशात (डाव हरण्याची) धोक्याची घंटा घणघणत असते. येथे लक्षात ठेवण्याची बाब म्हणजे माऱ्यात असणाऱ्या काळ्या वजिरासाठी डी ६ मधल्या काळ्या घोड्याला पांढऱ्या वजिराने ईरेस पकडले आहे खरे, परंतु ही ईर परिपूर्ण (ॲबसोल्यूट) नसून सापेक्ष (रिलेटिव्ह) असल्याने त्याचा प्रलयकारी अंतिम परिणाम कसा घातक असतो हे दिसून येते.

## स्थिती समस्या क्र. ९

**सहायक सूचना**

काळ्याच्या स्थितीत बरेच कच्चे दुवे आहेत. जी ४ मधला बिनजोर काळा उंट, उघड्यावर पडलेला काळा राजा, तोही ए १-एच ८ या मध्य कर्णावर, काळ्या हत्तीच्या संरक्षणार्थ काळ्या वजिराला गुंतून पडावे लागते. तशात पांढऱ्याची खेळी आहे. तेव्हा तो या सर्व कमजोर स्थितीचा फायदा कसा घेईल याचा शोध घेता उत्तर गवसेल.

या संचामधील ही अत्यंत गुंतागुंतीची स्थिती समस्या आहे. त्यामध्ये सुसंघटित माऱ्याच्या बऱ्याच कल्पना गुंफलेल्या आहेत.

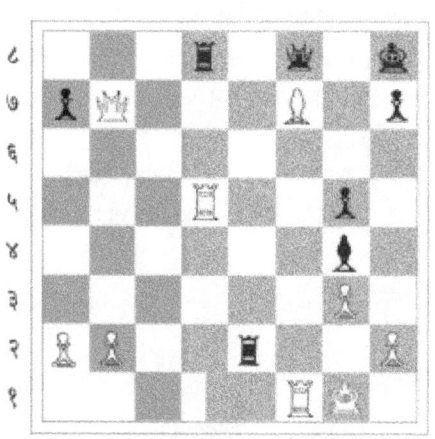

**आकृती क्र. : ७८ (पांढरा खेळतो व जिंकतो)**

ही स्थिती बेलसेंको विरुद्ध पुगाश्चेव पत्रोत्तरी रशियन स्पर्धा (१९६६-६८) मधील आहे.

**उत्तर : पांढरा १ व बी ४! काळा राजीनामा देतो,** कारण जर,

(अ) १..., व × बी ४; २ ह × डी ८ शह, रा जी ७; ३ ह जी ८ शह, रा एच ६; ४ ह एफ ६ मात; किंवा (ब) १..., उं एच ३; २ व डी ४ शह, व जी ७ ३ ह × डी ८ शह, ह ई ८; ४ ह × ई ८ मात; किंवा

(क) १..., उं डी ७; २ ह × डी ७, वगैरे तेव्हा सुसंघटित माऱ्यामागील कल्पना दुहेरी हल्ला, कार्यपीडित बोजा; मातकारक दहशती या होत.

ही स्थिती पाहताच जाणकार बुद्धिबळपटूंच्या मनात पुढील चित्रपट दिसू लागतो. (१) जी ४, मधला गहाळ उंट, (२) ए १ एच ८ कर्णावरील एच ८, मधला, उघड्यावर असणारा, भेदनीय काळा राजा (३) डी ८ मधल्या मरणाच्या दारात असलेल्या काळ्या हत्तीला सोडून जाण्यास काळा वजीर धजावणार नाही. (४) एफ ७ मधला उंट हलवून पांढरा हत्तीचा मारा काळ्या वजिरावर उघडा करू शकतो आणि याला अनुसरून पांढरा १ उं ई ६, किंवा १ उं जी ६, एच × जी

६; २ ह × एफ ८ शह, ह × एफ ८; आणि जर १ उं × ई ६, उं × ई ६, २ ह × एफ ८ शह, ह × एफ ८, अशा चालीने तो अंती जिंकू शकतो; परंतु काळ्याच्या स्थितीत इतक्या कमकुवत बाबी आहेत या पाहून, पांढरा याहून सरस निर्णायक चढाईचा बेत आखतो. तेव्हा १ व बी ४ ही त्याची गनिमी काव्याची आक्रमक चाल गहाळ उंटावर मारा करते, तेव्हा काळ्याने..., व × बी ४ ची उत्तरदायी चाल केल्यास पांढऱ्याला हमखास वर्चस्व मिळते व तो विजयी होतो.

### स्थिती समस्या क्र. १०

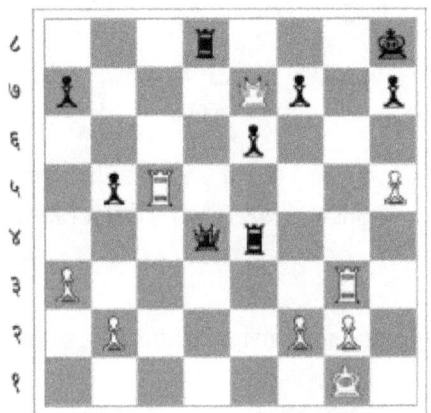

ही स्थिती एलिस्कासेस वि. हॉल्झ यांच्या डावातून घेतली आहे. या स्थितीत काळ्याने, आपली मातब्बर मोहरी केंद्रात आणून, तो... ह एफ ४, च्या चालीने तुंबळ युद्ध करण्याच्या तयारीत आहे; परंतु आता चाल पांढऱ्याची आहे आणि तो एकच अशी विस्मयकारक चाल करतो की, काळ्याला सक्तीने राजीनामा देणे भाग पडते. यात आणखी एक पर्यायी चाल आहे. तीही मनोरंजक आहे.

**आकृती क्र. : ७९ (पांढरा खेळतो व जिंकतो)**

**सहायक सूचना :** काळा हत्ती ई ४ ऐवजी जर डी ५ मध्ये असता तर तुम्ही पुढे कसे खेळाल? आता इष्ट स्थितीतली परिस्थिती पुन्हा तपासा. दुसऱ्याचे उत्तर पहिल्या सूत्रासमानच आहे.

**स्थिती समस्या क्र. १० चे उत्तर : १ ह डी ५! काळा राजीनामा देतो कारण जर**

(अ) १..., ह × डी ५; २ व एफ ८ मात; किंवा

(ब) १..., ई × डी ५; २ व × डी ८ शह; ह ई ८; ३ व × ई ८ मात; किंवा

(क) १..., व × डी ५; २ व एफ ६ मात. या मागील सुसंघटित माऱ्याची कल्पना : कार्यपीडित बोजा आणि मध्ये आडवे येणे (इन्टरफिअरन्स) ही आहे. ही मध्ये आडवे येऊन घात करण्याची चाल सुचण्याची कल्पना कशी येते हेच कळत नाही.

कारण, आता, काळ्या हत्तीने वा वजिराने पांढरा हत्ती मारता येत नाही. कारण, या दोघांवर इतर मोठ्या जबाबदाऱ्या आहेत. यातून कार्यपीडित बोजा ही कल्पना साकरता येते. आता मध्ये घुसून, डी ८ च्या हत्तीला होणारा वजिराचा जोर हिरावून घेणे, ही कल्पना तशी बुद्धिबळ कोंडी सोडविताना बऱ्याच वेळा सुचू शकते; परंतु प्रत्यक्ष डाव खेळताना असा विचार क्वचितच सुचतो, तेव्हा १ ह डी ५, ची चाल करून त्वरित डाव जिंकण्याची कल्पना लगेच येत नाही हे खरे; परंतु ही चाल कशी सुचेल, यासाठी पुढीलप्रमाणे कल्पना करू या; समजा वरील स्थितीत ई ४ ऐवजी काळा हत्ती जर डी ५ मध्ये असता तर मग सहजच १ ह × डी ५ ही चाल तुम्हाला सुचेल, तसेच या चालीने तत्काळ डावही जिंकता येतो. हेही ध्यानात येते. आता दुसरी पर्यायी चाल म्हणजे १ ह ई ५! मग २ व एफ ६, मात किंवा २ ह × ई ४... जर १..., व × ई ५; मग २ व × डी ८ मात किंवा जर १..., ह × ई ५ २ व एफ ६ मात. असा डाव कोलमडण्यापेक्षा काळा डाव सावरण्यासाठी १... ह एफ ४! ची चाल करतो; परंतु तरीही पांढरा २ व जी ५! व × एफ २ शह; ३ रा एच २; व × जी ३ शह; ४ रा × जी ३, मग पांढरा डाव सहज जिंकतो. तेव्हा यातील 'अंगावर आले असता, शिंगावर घेतले' ही अजब कल्पना विस्मयकारक आहे.

## द्विघाती हल्ला

**संच क्र. दोन -** या संच क्र. दोनमध्ये सुसंघटित माऱ्याचे तीन मुख्य प्रकार, द्विघाती हल्ला (फोर्क), ईर, (पिन), आणि रेषाघात (स्क्युअर) हे असून, शिवाय इतर कल्पनांची सांगडही घातलेली आहे. या सुसंघटित माऱ्यामध्ये, पटावरील घरे, बुद्धिबळ दले यांच्यामधील भूमितीचे अंतर्गत संबंध दिसून येतील. हे सारे निरनिराळी बुद्धिबळ दले आपल्याला हालचालींच्या मार्गांनी करणाऱ्या अंतर्गत क्रियांवर अवलंबून असते.

### स्थिती समस्या क्र. ११

(ही समस्या बेकर वि. जंग यांच्या डावातील आहे)

### सहायक सूचना : ११ साठी

समस्या क्र. ११ च्या आकृतीमध्ये असणारा काळा वजीर, राजा आणि जी ६ मधील घोड्याच्या स्थित परिस्थितीतून, विजिगीषू लाभ मिळविणाऱ्या द्विघाती हल्ल्याचा आविष्कार सुचतो का पहा.

**उत्तर :** पांढरा पुढील-प्रमाणे हिकमती चाली करून विजिगीषू लाभ मिळवून अंती डाव जिंकतो.

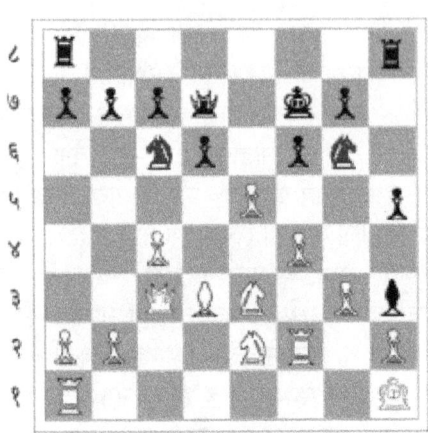

ए बी सी डी ई एफ जी एच

आकृती क्र. : ८०

(पांढरा खेळतो व विजिगीषू लाभ मिळवतो)

१ ई ६ शह, व × ई ६; (येथे जर १..., रा × ई ६ मग २ उं × जी ६; किंवा जर १..., उं × ई ६, २ एफ ५ किंवा २ उं × जी ६ शह; (येथे २ ए ५? नको मग २..., व × ई ३) २ उं × जी ६, रा × जी ६; ३ एफ ५ शह, उं: एफ ५; ४ घो एफ ४ शह! (ही चाल ४ घो × एफ ५ हूनही सरस आहे, तसे या चालीनेही जिंकता येते) ४ घो एफ ४ द्विघाती शह! देऊन, काळा वजीर मारून पांढरा अंती सहज डाव जिंकतो) यातील सु.मा. (सु. मा. = सुसंघटित मारा) च्या कल्पना. द्विघाती हल्ला (फोर्क) आणि छुपा (गनिमी) हल्ला (डिकॉय) येथे पांढऱ्याच्या पहिल्या चालीने काळ्या मातब्बर मोहऱ्याला ई ६ मधील प्राणघातक घरात कसे खेचून आणले हे महत्त्वाचे आहे.

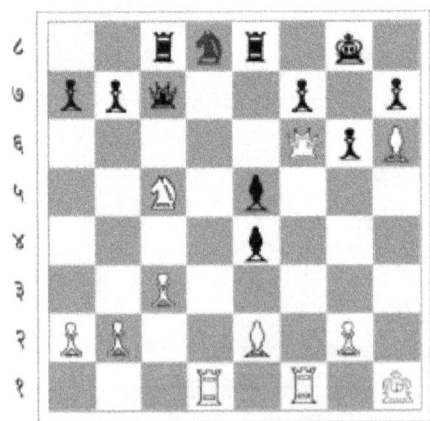

ए बी सी डी ई एफ जी एच

आकृती क्र. : ८१ (पांढरा खेळतो व विजिगीषू लाभ मिळवून अंती जिंकतो)

### स्थिती समस्या क्र.१२

(ही स्थिती न्यूझिलंड १९४० मध्ये बेयर वि. बेड यांच्या डावातील आहे) स्थिती १२ मध्ये पांढऱ्याने नुकतीच उं एच ६ ची चाल करून व जी ७ मात चा धाक दिला आणि काळ्याने ..., उं ई ५ ची चाल करून बचाव साधला आहे. तेव्हा हमखास विजिगीषू लाभ मिळविण्यासाठी आता पांढऱ्याने कसे खेळावे?

**पांढऱ्याची खेळी आहे.**

**सहायक सूचना**

ई ८ मधील काळा हत्ती बिनजोर आहे आणि द्विघाती हल्ल्यात सापडू शकतो व काळा वजीर पांढऱ्या घोड्याच्या संभाव्य चालीच्या माऱ्यात येतो. या कल्पनांची परिणामकारक सांगड घालता काळ्यावर अपत्तींचा डोंगर रचता येतो.

**उत्तर :** पांढरा पुढील-प्रमाणे हिकमती डावपेच घालून. विजिगीषू लाभ मिळवून अंती डाव जिंकतो.

**१ घो × ई ४! उं × एफ ६; २ घो × एफ ६ शह, रा एच ८; ३ उं जी ७ शह!! (भुलविणे, डिकॉय), रा × जी ७; ४ घो × ई ८ द्विघाती शह, रा एफ ८, ५ घो × सी ७** आणि पांढऱ्याकडे एक जादा उंट आणि हत्ती राहतो तेव्हा आता तो सहज डाव जिंकतो. ही स्थिती पाहताच चाणाक्ष बुद्धिबळपटूच्या लक्षात येते की ई ८ च्या हत्तीला जोर नाही. एफ ६ च्या वजिराचे आमिष आधी देऊन घोड्याने ई ४ चा उंट मारून पुढे त्याला एफ ६ चा उंट मारून शह देता येतो, तसेच जी ७ मध्ये उंटाचे प्रलोभन दाखवून ई ८ चा हत्ती आणि मी ७ चा वजीर गारद करता येतो.

## स्थिती समस्या क्र. १३

(ही स्थिती लंडन १८८३ मध्ये, शुकेरटॉर्ट वि. इंग्लिश्क, यांच्या डावातील आहे.)

**सहायक सूचना**

स्थिती १३ मध्ये परिणामकारक केलेल्या बलिदानांनी काळ्या बुद्धिबळ दलांना अशा घरात खेचून आणावयाचे की, पांढऱ्या घोड्याच्या अंतिम द्विघाती शहातून लाभदायक मारामारी करून, घनिष्ठ वस्तुनिष्ठ लाभ मिळवून निर्णायक वर्चस्व मिळवावयाचे.

**उत्तर : १ व × बी ५** (येथे १ व बी ८ शह? नको, मग १... रा डी ७ मुळे

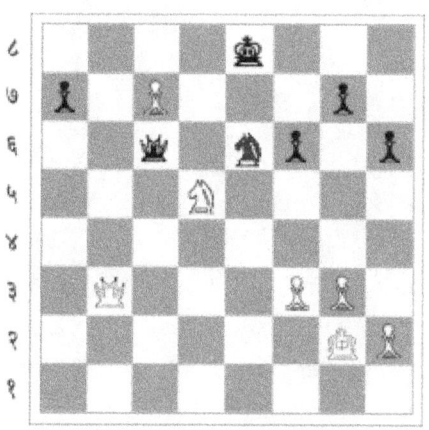

ए बी सी डी ई एफ जी एच

**आकृती क्र. : ८२ (पांढरा खेळतो आणि विजिगीषू लाभ मिळवून अंती जिंकतो)**

पांढऱ्याला काही साधता येत नाही.)

**१... व × बी ५, २ सी ८ = व शह, रा एफ ७,** (येथे जर १... घो डी ८, मग ३ घो सी ७ द्विघाती शह).

**३ व × ई ६ शह!! रा × ई ६, ४ घो सी ७ द्विघाती शह आणि पुढे ५ घो × बी ५** ने काळा वजीर मारून पांढरा निर्णायक वर्चस्व मिळवून अंती सहज डाव जिंकतो. स्थिती १२ व १३ मध्ये ठळकपणे एक मूलभूत सूत्र गोवलेले दिसून येते की, विशिष्ट स्थितीमध्ये (खेचून) आणण्यासाठी, समयोचित द्विघाती हल्ल्यांच्या शक्यतेचा शोध घेतला की, संभाव्य प्रलोभनांच्या आमिषांच्या बलिदानाने, काळ्या बुद्धिबळ दलांना हव्या असणाऱ्या नेमक्या घरात खेचून आणता येते. (स्थिती १३ मध्ये वरील तिसऱ्या चालीत जर काळ्या राजाने पांढरा वजीर मारला नाही, तर मग पांढऱ्याकडे एक मोहरे जादा राहते, त्याचा पूर्ण फायदा तो करून घेतो.)

## स्थिती समस्या क्र. १४

ही स्थिती मॅटूलोविक वि. स्वेटकब यांच्या १९६५ सालच्या वर्न येथील डावातून घेतली आहे. काळ्याने डावावर वरचढपणा मिळविण्याच्या उद्देशाने नुकतीच पुढील चाल केली. १..., व × ई ५, परंतु तरीही पांढऱ्याने विस्मयकारक रीतीने डाव जिंकला.

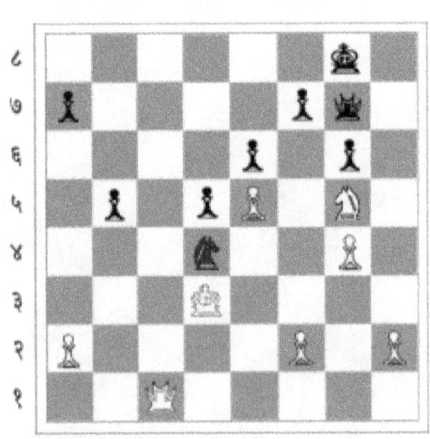

**आकृती क्र. : ८३**

### सहायक सूचना १४ साठी

या क्र. १४ मध्येही अंतिम परिणामकारक बलिदानाने उद्दिष्ट साधून काळ्या बुद्धिबळ दलांना अशा घरात खेचून आणावयाचे असते की, अंतिम द्विघाती शहांतून घनिष्ठ वस्तुनिष्ठ लाभ मिळवून काळ्याला किंकर्तव्यमूढ करावयाचे.

**उत्तर : १... व × ई ५,** तेव्हा पांढऱ्याने पुढीलप्रमाणे हिकमती चाली करून डाव जिंकला. **२ व सी ८, शह, रा जी ७; ३ व एच ८, शह!! रा × एच ८; ४ घो × एफ ७, द्विघाती शह, रा जी ७; ५ घो**

× ई ५, आणि काळ्या घोड्याला सुरक्षित पलायन घरच राहत नाही हे पाहून काळा राजीनामा देतो. या मागील सुसंघटित माऱ्याची कल्पना अशी : प्रथम आमिषाच्या प्रलोभनाने भुलवून द्विघाती हल्ल करणे. तेव्हा इष्ट स्थितीत अदृश्यपणे वसत असणाऱ्या संभाव्य द्विघाती हल्ल्याची शक्यता पडताळून काळ्या मातब्बर मोहऱ्याला प्रलोभन दाखवून, भुलवून नेमक्या हव्या त्या घरांमध्ये आणण्याची किमया साधणे हे खरे कौशल्य आहे.

## स्थिती समस्या क्र. १५

ही स्थिती युनायटेड स्टेट्समधील १९७१ सालच्या खुल्या अजिंक्यपद स्पर्धेमध्ये भाग घेणाऱ्या रोमानेनको वि : हॉहेन्सी यांच्या डावातून घेतली आहे.

### सहायक सूचना १५ साठी

येथे २-३ द्विघाती हल्ल्यांचा आविष्कार करून अंतिम हल्ल्यात काळा वजीर गारद करण्याचा धाक देऊन निर्णायक वर्चस्व मिळवून पांढऱ्याला जिंकता येते.

**उत्तर :** पांढरा पुढीलप्रमाणे हिकमती चाल करून जिंकतो **१ डी ५!** उं × डी ५; **२ घो एफ ६ शह,** जी × एफ ६; **३ घो एफ ५** आणि पांढरा जिंकतो. कारण, काळा वजीर हलविणे

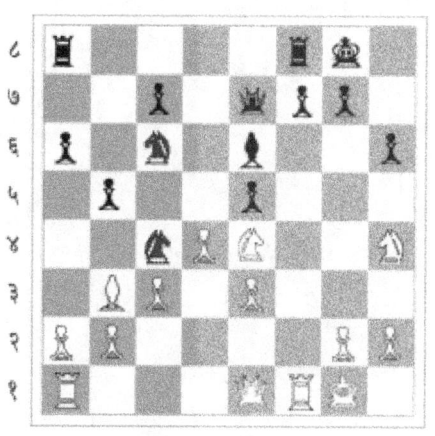

ए बी सी डी ई एफ जी एच

आकृती क्र. : ८४ (पांढरा खेळतो व जिंकतो)

भाग पडते **३...,** व हलतो, **४ व जी ३ शह,** रा एच ८; किंवा एच ७; **४ व जी ७ मात;** यामध्ये **१ डी ५!** ही चाल करण्यात दुहेरी उद्देश आहे (एक) एफ ५ वरील काळ्याचा ताबा हिरावून घेणे. (दोन) पांढरा जेव्हा घो एफ ६ शहाची चाल करतो तेव्हा पांढऱ्याने खातरी करून घ्यावी की, काळा तो घोडा प्याद्याने मारतो अथवा द्विघाती शह हल्ल्यात सापडलेला उंट गमावला की काळ्या वजिरावर घोड्याचा मारा आपोआप होतो. या गोष्टी पांढऱ्याने पारखून घ्याव्यात पुढे **३ घो एफ ५** ची चालही द्विघाती आहे, याने काळ्या वजिरावर मारक हल्ला होतो

तसेच जी ७ या महत्त्वाच्या घरावरही मारा होतो.

यामधील सुसंघटित माऱ्याची कल्पना : प्रलोभन दाखवून भुलविणे आणि परिणामकारक अघोरी द्विघाती शहांच्या कल्पनेला तुटक बलिदानाची जोड देऊन, अंतिम मातघातक हल्ला चढविणे ही होय :

येथे जर १..., एफ ५ मग २ घो जी ६ द्विघाती हल्ला तेव्हा अशा पर्यायी चालीमध्येही पांढऱ्याची समन्वय साधून मोक्याच्या जागी असणारी इतर मोहरीही सुसंघटित मारा करून अंती डाव जिंकतात.

## स्थिती समस्या क्र. १६

**सहायक सूचना :**

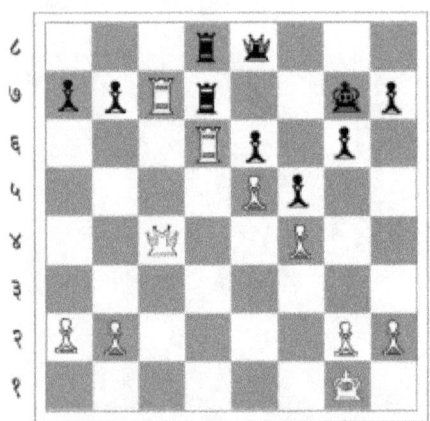

आकृती क्र. : ८५ (पांढरा खेळतो, वस्तुनिष्ठ लाभ मिळवून अंती जिंकतो)

जोपर्यंत पांढरा हत्ती सी ७ मध्ये आहे तोपर्यंत ई ७ च्या काळ्या हत्तीला फक्त सातव्या रांगेत हलता येईल. त्याला डी पट्टीवर परिणामकारक चाल करता येत नाही. या वस्तुस्थितीचा पुरेपूर लाभ उठवून पांढऱ्याला घनिष्ठ वस्तुनिष्ठ फायदा करून घेता येतो.

**उत्तर :** पांढरा पुढीलप्रमाणे हिकमती हुकमी चाल करून अंती जिंकतो.

**१ ह डी × डी ७ शह, ह × डी ७; २ व बी ५!** कारण आता जर (अ) २..., ह × सी ७, मग ३ व × ई ८, जर (ब) २..., ह ई ७; ३ व × ई ८ आणि काळ्याला, पांढरा वजीर परत मारता येत नाही; हे उदाहरण (एक) उलट्या (विपरीत) ईरचे आहे. येथे काळ्या हत्तीला राजासाठी पांढऱ्या हत्तीने ईरेस धरले आहे. तर पांढऱ्या वजिराने, काळ्या वजिरासाठी ईरेस पकडले आहे. (दोन) दुसरे म्हणजे, त्या त्या मोहऱ्यांच्या मारक (कार्यवाही) मार्गावरील ईर आहे. समजा ई ७ मध्ये काळ्या हत्तीऐवजी जर उंट असता तर ही बाब स्पष्टपणे उघड दिसून येते. कारण, हा उंट हलूच शकत नाही; पंरतु येथे एका हत्तीला, दुसऱ्या हत्तीनेच ईरेस

धरल्याने, तो स्वतंत्रपणे समाईक मारक (कार्यवाही) मार्गावरून हलू शकतो. तेव्हा तो कदापि नियंत्रित नाही, याचा प्रत्यय येण्याजोगा नसतो. याचे आणखी एक उदा - स्थिती समस्या १७ मध्ये पहा. (त्यात हत्तीऐवजी उंट आहेत.)

## स्थिती समस्या क्र. १७

### सहायक सूचना १७ साठी

समस्या क्र. १६ पहा. समस्या क्र. १७ मध्ये उलट्या (विपरीत) ईरचे हे आणखी उदाहरण आहे.

ही स्थिती : १९५२ मध्ये कॅलनिन येथे झुरालेव वि. रोमॅनॉव यांच्या डावातील आहे. पांढरा पुढीलप्रमाणे हुकमी हिकमती डावपेच टाकून अंती डाव जिंकतो. या समस्येतही विपरीतचा प्रत्यय प्रगटपणे दिसून येईल.

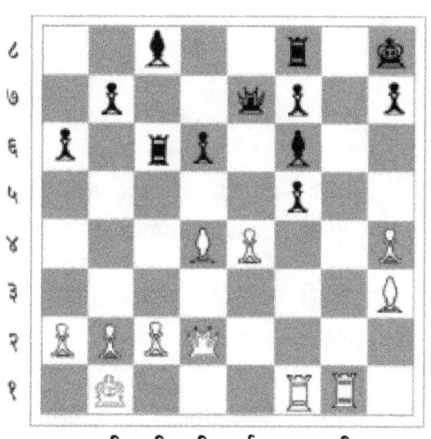

ए बी सी डी ई एफ जी एच


**आकृती क्र. : ८६ (पांढरा खेळतो व जिंकतो)**

**१ व जी ५, डी ५;**

**२ व जी ७ शह उं × जी ७;**

**३ उं × जी ७ शह, रा जी ८ ४ उं एफ ६ मात होते. ही समस्या मागील समस्या क्र. १६ बरोबर ताडून पहावी.**

## स्थिती समस्या क्र. १८

पांढऱ्याने जोरदार हल्ला करण्यासाठी नुकतेच एका मोहऱ्याचे अर्घ्य देऊन, काळ्याकडून त्याची परतफेडही सक्तीने वसूल केली आहे. आता पांढऱ्याची खेळी आहे. त्याने प्रतिस्पर्ध्याला कसे हरवावे? यामधील मूळ कल्पना अगदी स्पष्ट आहे आणि यामधूनच सारे काही साधता येते.

### सहायक सूचना १८ साठी

यामध्ये संभाव्य ईर आहे. परंतु त्या ईरचा अंतिम आविष्कार साधण्यासाठी

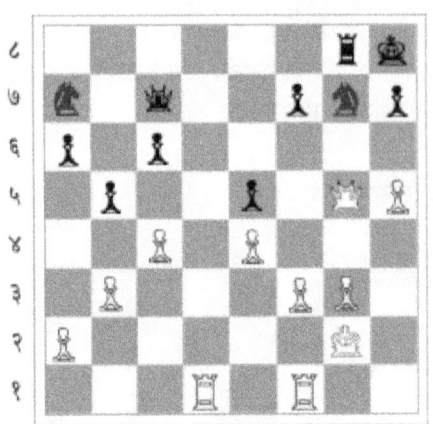

ए बी सी डी ई एफ जी एच

आकृती क्र. : ८७ (पांढऱ्याची खेळी आहे)

प्रथम परिणामकारक मारा करण्यासाठी आपली दले सुसंघटित करणे अत्यावश्यक आहे. मग निर्णायक मारा सिद्ध करा.

**उत्तर :** पांढरा पुढीलप्रमाणे हिकमती चाली करून जिंकतो.

१ व एफ ६, घो सी ८; २ एच ६, घो ई ७ **(पांढरा, ३ एच × जी ७ शह, ह × जी ७; ४ ह डी ८ शहने काळा वजीर गारद करण्याची दहशत देतो.)**

**३ ह डी २, काळा राजीनामा देतो : कारण, ४ ह एफ डी १,** आणि पुढे ५ एच × जी ७ शह, ह × जी ७, ६ ह डी ८ शह, घो जी ८; ७ ह × जी ८ शह, रा × जी ८; ८ ह डी ८ शह, व × डी ८, ९ व × डी ८ मात होते. यामधून टीकाऊ सत्तीच्या ईरचे प्रात्यक्षिक दिसून येते. (समस्या क्र. १८ ची स्थिती स्टॉकहोम येथे १९५२ मध्ये कोटोव वि. बॅरक झा यांच्या डावातील आहे.)

ए बी सी डी ई एफ जी एच

आकृती क्र. : ८८

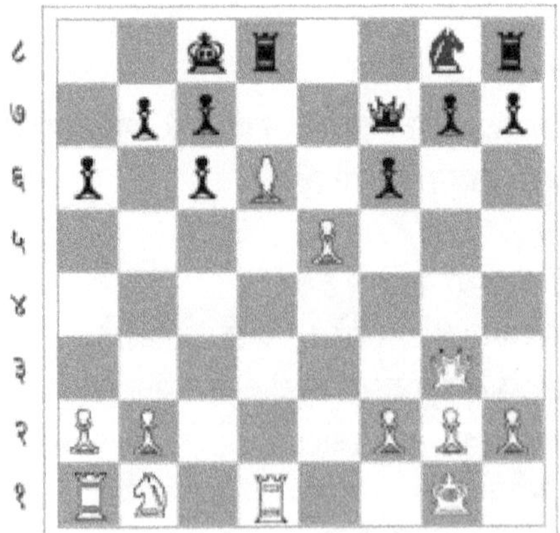

**स्थिती समस्या क्र. १९**

या स्थितीमध्ये, डी ६ मधील पांढऱ्या उंटाला ईरेने धरलेले आहे, तेव्हा याचा फायदा घेण्याच्या इराद्याने काळ्याने येथे स्पष्ट दिसणारी १..., सी × डी ६; ही चाल करण्याऐवजी, त्याने १--- एफ × ई ५ ची चाल केली. ती बरी आहे की वाईट. त्यातून पुढे काय होते? आता पांढऱ्याची खेळी आहे.

**सहायक सूचना १९ साठी**

प्रतिस्पर्ध्याला अडचणीत टाकण्यासाठी कधी कधी दूरवरची पकड सोडणे इष्ट ठरते. या १९च्या स्थितीत तसे करणे शक्य आहे? ते कसे?

**उत्तर : १..., एफ × ई ५** ची चाल वाईट आहे. कारण पांढऱ्याने पुढीलप्रमाणे हिकमती चाली करून, अंती डाव जिंकला.

**उदा - २ व जी ४ शह, व डी ७** (येथे जर २---, रा बी ८ मग ३ उं × ई ५ ची चाल करतो, कारण डी १ च्या हत्तीला आता वजिराचा जोर होतो.)

**३ उं ई ७! काळा राजीनामा देतो;** कारण जर ३..., व × जी ४ मग ४ ह × डी ८ मात होते. आणि जर ३---, घो × ई ७ मग ४ ह × डी ७, काळा वजीर गारद करता येतो. 'सापेक्ष ईर' आणि 'परिपूर्ण ईर' यामधील भेदक भेद उघड करणारे हे एक नेत्रदीपक उदाहरण आहे. डी ६ मधला पांढरा उंट हा फक्त सापेक्ष ईरेत होता आणि अशा या आणीबाणीच्या क्षणी या इष्ट स्थितीचा पुरेपूर लाभ उठविण्यासाठी पांढऱ्याने काळ्या वजिराला परिपूर्ण ईरेस पकडून, त्याचवर हिकमतीने निर्णायक प्रतिडाव करण्याची केलेली किमया वाखाणण्यासारखी आहे. याला अनुसरून, सापेक्ष ईर मोडणारे प्रसंग दाखविणारे दोन मजेदार डाव पुढे दिले आहेत. **(पहिला)** १ डी ४, डी ५; २ सी ४; ई ६; ३ घो सी ३, घो एफ ६; ४ उं जी ५; घो बी डी ७; ५ सी × डी ५, ई × डी ५; ६ घो × डी ५? घो × डी ५!; ७ उं × डी ८, उं बी ४ शह; ८ व डी २ उं × डी २ शह; ९ रा × डी २, रा × डी ८ अशा रीतीने काळ्याने एक मोहरे जादा गारद केले आहे.

**(दुसरा)** १ ई ४, ई ५; २ घो एफ ३, डी ६; ३ उं सी ४, एच ६? ४ घो सी ३, उं जी ४, ५ घो × ई ५! उं × डी १ (येथे याहून सरस म्हणजे ५---, डी × ई ५, ६ व × जी ४ मग पांढऱ्याला फक्त एका प्याद्याचा लाभ होतो.) ६ उं × एफ ७ शह, रा ई ७; ७ घो डी ५ मात होते. (यामध्ये पहिल्या डावामधील पाचव्या चालीनंतर उद्भवणारी स्थिती ताडून पहा.)

अशा प्रकारचे खास डाव खेळणारा होता बुद्धिबळपटू ब्लॅकबर्न. एककालिक प्रदर्शनीय डावांमध्ये त्याने अशा प्रकारचे बरेच डाव जिंकले आहेत. तेथे हेच कळत नाही की, त्याने प्रतिस्पर्ध्यांना, राजा हत्तीपुढील प्यादे एक घर पुढे चालविण्याची (येथे एच ६ मध्ये) मोहिनी कशी घातली असावी?

### स्थिती समस्या क्र. २०

सुप्त सुरुंगाने ठासलेली अशी ही दुधारी स्थिती आहे. काळा प्रथम बरोबर खेळतो; परंतु पुढे ढेपाळतो व हरतो. तो कसा जिंकेल हे तुम्ही दाखवू शकता काय?

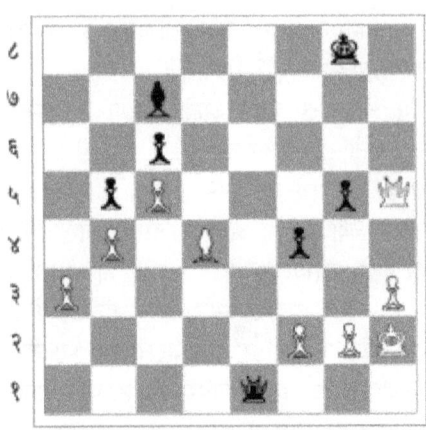

ए बी सी डी ई एफ जी एच

**आकृती क्र. : ८९ (काळ्याची खेळी आहे)**

**सहायक सूचना २० साठी**

काळ्याने शह देणे आवश्यक आहे आणि हा शहमारा चालू ठेवणे त्याला भाग पडते. असे झाले नाही तर मग पांढऱ्याचे आक्रमण अत्यंत जोरदार ठरेल. काळ्याचा शहमारा संपला की पांढऱ्याला नावडणारी अशी विस्मयकारक बाब आहे, ती कोणती?

१..., एफ ३ काटशह; २ जी ३ उं × जी ३ शह; ३ रा × जी ३ अशी काळ्याने सुरुवात बरोबर केली होती; परंतु तो ढेपाळला आणि पुढे त्याने चुकीची चाल केली.

३... व एच १ ...?? आणि हरला आता ३ रा × जी ३, (ऐवजी त्याने जर ३ एफ × जी ३ मग ३... व ई २ शह; ४ रा एच १, व जी २ मात होते.)

**तेव्हा काळ्याने फक्त ३..., व जी १ शह! ४ रा × एफ ३, व डी १ शह, ५ रा हलतो व × एच ५** ने पांढरा वजीर गारद करून काळा मग डाव सहज जिंकतो. हे एक नमुनेदार रेषाघाताचे (स्क्युअरचे) उदाहरण आहे. त्याला पोषक असे घटक म्हणजे, एच ५ चा बिनजोर वजीर (२) एच २ - बी ८ कर्णावर उघड्यावर असलेला राजा, हे होत. ही स्थिती क्लाईश वि. लँजर यांच्या डावातील आहे.

## स्थिती समस्या क्र. २१

समस्या २१ च्या स्थितीतून काळा १..., व डी ५ ची चाल करतो, ती चाल चांगली की वाईट आहे? पूर्ण विचार करूनच उत्तर द्यावे?

**सहायक सूचना २१ साठी**

काळ्याच्या १..., व डी ५ या चालीला साहजिकच पांढऱ्याचे उत्तर २ व सी ४, ही जोरदार दिसणारी चाल आहे खरी; परंतु तरीही काळा, कोणत्या प्रकारचा घणाघाती प्रतिटोला हाणू शकतो? आणि डाव उलटवतो याचाही शोध घ्यावा!

**१... व डी ५;** ही काळ्याची चाल उत्तमच आहे. याला पांढरा **२ उं सी**

४, ही स्पष्ट व्यक्त होणारी विजिगीषू उत्तरदायी चाल करतो. (कारण, त्याला दुसरी अशी चांगली चाल नाही, जर २ ह × एफ ४ मग २..., व एच १ शह; ३ रा एफ २, व एच २ शह; ४ रा एफ १, ह × एफ ४ शह; ५ घो एफ २, व × जी ३ नंतर काळा सहज जिंकतो) तेव्हा

**२ उं सी ४, ह × एफ १ शह, ३ व × एफ १, ह × एफ १ शह, ४ रा × एफ**

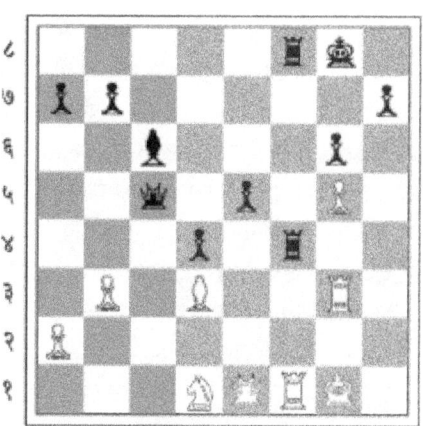

ए बी सी डी ई एफ जी एच
आकृती क्र. : ९०

१ उं बी ५! आणि या हिकमती चालीमुळे काळ्याचा वजीर नव्हे तर पांढऱ्याचाच वजीर गारद होतो. 'प्रति ईरचे' हे एक उत्कृष्ट प्रज्ञादीपक उदाहरण आहे; हे सरळपणे लक्षात येणे अति कठीणच आहे. यामधील 'ईर' ही उंटाच्या कार्यवाहक कर्णमार्गावरील आहे. (येथे मागे दिलेली स्थिती समस्या क्र. १६ पहावी.)

तेव्हा 'घी देखा लेकिन बडगा नहीं देखा' या हिंदी म्हणीचे प्रत्यंतर येते. (ही स्थिती सूस वि. टेशनर यांच्या डावातील आहे.)

## स्थिती क्रमांक २२

### सहायक सूचना २२ साठी

अगदी कटाक्षाने पाहता या २२ मधील स्थितीसाठी, काळ्याची योजना समस्या क्र. २० सारखीच आहे; परंतु या २२ मध्ये पांढऱ्याची बचाव फळी उद्ध्वस्त करण्यासाठी, एक वा दोन (प्रत्यक्षात दोनच!) प्राथमिक बलिदाने करणे आवश्यक ठरते.

**उत्तर :** काळा पुढील-प्रमाणे

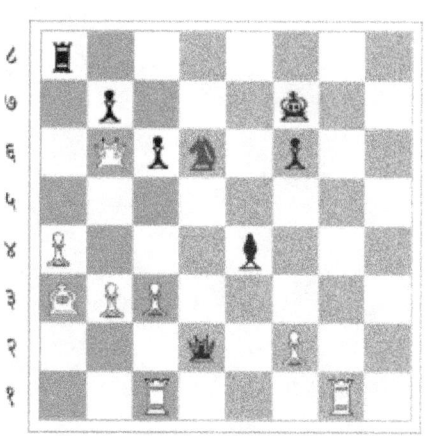

ए बी सी डी ई एफ जी एच
आकृती क्र. : ९१
(काळ्याची खेळी आहे व तो जिंकतो)

आक्रमक बलिदानी चाली करून जिंकतो.

१... घो सी ४, शह; २ बी × सी ४, ह × ए ४ शह; ३ रा × ए ४; व ए २, शह; ४ रा बी ४, व बी २ शह; ५ रा सी ५, (जर ५ रा ए ५, व ए ३ मात) ५... व × एफ २ शह, ६ रा हलतो व × बी ६ ने पांढरा वजीर गारद करतो व अंती सहज डाव जिंकतो. आक्रमक बलिदानाने द्विघाती हल्ला आणि बचाव फळी उद्ध्वस्त करण्याचे (घटक) तंत्र वापरून पांढऱ्या राजाला सक्तीने रेषाघातात खेचण्याचे हे एक सुंदर उदाहरण आहे. (बिनजोर वजीर आणि उघड्यावर असणारा राजा या स्थिती समस्या क्र. १२ व २० असणाऱ्या घटक तंत्रासारखे तंत्र या स्थितीतही वापरलेले आहे.

(टार्टाकोवर वि. युवे (व्हेनिस १९४८) यांच्या डावातील ही स्थिती आहे.)

## संच क्र. तीन
## (समस्या क्र. २३ ते ३२)

संच क्र. तीन यात कार्यपीडित बोजा आणि गतिवाढ मिळविणे हे मुख्य सूत्र आहे. सुरुंगपेरणी, साहसी बुद्धिबळ दले आणि काटशह या कल्पनाही त्यामध्ये गुंफलेल्या आढळतील.

द्विघाती हल्ला यातून बुद्धिबळ पटाची भूमितीची प्रचिती येते, तर बुद्धिबळ दलांच्या स्वयंचालीच्या अनुरोधाने ज्या कल्पना रुजतात त्यातून कार्यपीडित बोजा आणि गतिवाढ मिळविण्याचे तंत्र अवलंबून असते.

(या संचातील २३, २४, २५ समस्या सोप्या आहेत.)

**आकृती क्र. : ९२ (पांढरा खेळतो व जिंकतो)**

### स्थिती समस्या क्र. २३

### सहायक सूचना २३ साठी

कार्यपीडित बोजा दाखविणारी ही समस्या आहे. पांढऱ्याने सहजगत्या आक्रमक चाली करून, काळ्या वजिराला आणि हत्तीला अत्यावश्यक बचावासाठी गुंतवून टाकावयाचे

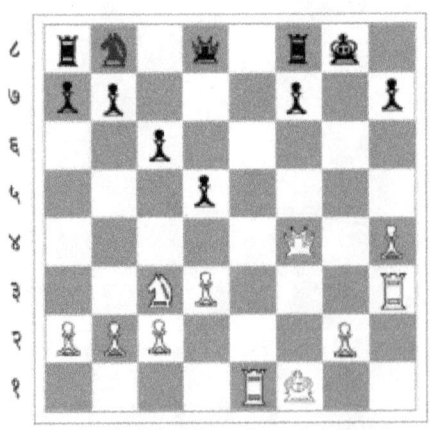

की जेणेकरून त्यांना इतर कार्य साधण्यासाठी मोकळीक मिळू नये. यामुळे विस्मयकारक बलिदान करणे शक्य होते.

पांढरा पुढीलप्रमाणे हिकमती चाल करून जिंकतो. **१ ह जी ३ शह, रा एच ८; २ व एच ६, ह जी ८; ३ ह ई ८; काळा राजीनामा देतो.** कारण जर (३..., ह × ई ८; ४ व जी ७ मात; किंवा जर ३..., व × ई ८; ४ व एफ ६ शह, ह जी ७, ५ व × जी ७ मात होते.)

हे एक नमुनेदार कार्यपीडित सुसंघटित हल्ल्याचे उदाहरण आहे. यात हत्तीने व जी ७ ने होणारी मात थोपविणे अत्यावश्यक आहे, तर काळ्यावर वजिराने व एफ ६ ने होणाऱ्या मातला आळा घालावयाचा आहे, त्यामुळे ई ८ या घरावर या दोहोंपैकी एकाचाही परिणामकारक ताबा उरत नाही. सर्वसाधारणपणे 'ई ८' या मोकळ्या घरात, पांढरा हत्ती चालविण्याची उदा. ३ ह ई ८ या चालीची कल्पना एकदम तशी येणे अवघडच आहे. तेव्हा ही कल्पना रुजण्यासाठी आपण पुढीलप्रमाणे तर्कसदृश्य स्थिती स्थापू: काळा जेव्हा २..., ही जी ८ ची चाल करतो तेव्हा आपण ए ८ चा काळा हत्ती, ई ८ मध्ये आणून ठेवला तर मग पांढरा साहजिकच ३ ह × ई ८ ची चाल करून अंती जिंकतो, ही कल्पना आपोआप स्फुरते.

## स्थिती समस्या क्र. २४

### सहायक सूचना २४ साठी

पांढऱ्याचे एक प्यादे पुढे घुसवून त्याचे नववजिरात रूपांतर करणे. अगदी योग्य वेळी आणि ती आता लगेच आहे असे नाही.

**उत्तर** - पांढरा पुढीलप्रमाणे आक्रमक सत्तीच्या चाली करून अंती जिंकतो. **उदा. १ व × एफ ८ शह, ह × एफ ८, २ ह × एफ ८, व × एफ ८** (येथे जर २..., व सी ५, शह, ३ डी ४, ई × डी ४, ४ ह १, एफ ७ शह, रा

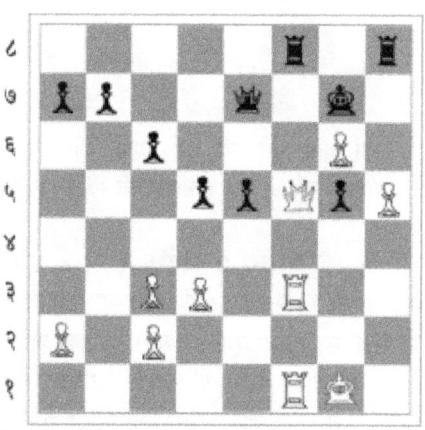

**आकृती क्र. : ९३ (पांढरा खेळतो आणि सुरेख सफाईदार रितीने त्वरित जिंकतो ते कसे?)**

एच ६, ५ ह एच ८ मात)

**३ एच ६ शह, रा जी ८, ४ एच ७ शह!** (काळा राजीनामा देतो. कारण, जर ४..., रा जी ७; ५ ह × एफ ८, रा × एफ ८, ६ एच ८ = व शहने शेवटी पांढरा सहज जिंकतो) या स्थिती २४ मध्ये काळा राजावर कार्यपीडित बोजा आहे. येथे एक बाब लक्षात ठेवणे ती म्हणजे १ एच ६, शह, रा × एच ६, ने हे साधता येत नाही. तेव्हा वर दिल्याप्रमाणेच चाली प्रणाली करणे इष्ट आहे. ही स्थिती तराश वि. जॅनोस्की यांच्या ऑस्टेंड १९०७ मधील डावातील आहे.

### स्थिती समस्या क्र. २५

या आणीबाणीच्या स्थितीत, पांढरा १ व एफ ८ शह, पुढे २ व एफ ७ शह, आणि ३ व × एच ७ मातची धमकी देतो; परंतु या स्थितीत आता काळ्याची खेळी आहे तेव्हा तो बचाव करून जिंकू शकतो का?

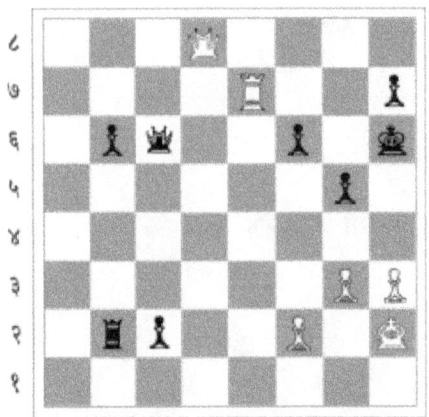

आकृती क्र. : ९४ (काळ्याची खेळी आहे)

### सहायक सूचना २५ साठी

जर सी २ मध्ये काळे प्यादे नसते तर मग काळ्याने नेमके काय केले असते तसे करावे.

**उत्तर** - होय. काळा पुढीलप्रमाणे आक्रमक बलिदानी चाल करून अंती जिंकतो, कसे ते पहा :

**१...., व एच १ शह!; २ रा × एच १, सी १ = व शह; ३ रा जी २, व सी ६ शह;** (आणि पांढऱ्याला मात टाळता येणार नाही.) कारण जर **४ रा एच २, ह × एफ २ मात;** (किंवा जर ४ रा जी १, ह बी १ शह वगैरे.)

यामध्ये नमुनेदार गतिवाढ मिळविणाऱ्या सुसंघटित माऱ्याचा अवलंब केला आहे. यात (अ) काळ्याच्या निदर्शनास येते की, जर का सी २ मध्ये प्यादे नसते तर तो लगेच १..., ह × एफ २ मात करतो. (ब) तसेच त्याचे हेही लक्षात येते की, १..., सी १ = व ही चाल करूनही काही साधता येत नाही. कारण पांढरा वर सांगितल्याप्रमाणे तीन चालीत मात करतो. तेव्हा (क) तो विचार करतो की,

मी वजिराने आक्रमक बलिदानी शह देऊन मग नववजीर करू शकतो म्हणून (ड) तो १..., व एच १ शह देऊन अंती डाव जिंकतो.

## स्थिती समस्या क्र. २६
## कोण जिंकतो, का व कसे?

### सहायक सूचना २६ साठी

काळ्याच्या बचाव फळीतील गुरुकिल्लीचे मोहरे म्हणजे एफ ६ चा बलवान उंट होय. तरीही, अशी काही परिणामकारक जहाल कारवाई करून, तो उंट तसा सुरक्षित नाही हे दाखवून द्या.

ही स्थिती लेव्हिन फिश वि. युडोविच यांच्या (लेनिनग्राड १९३३) डावातील आहे.

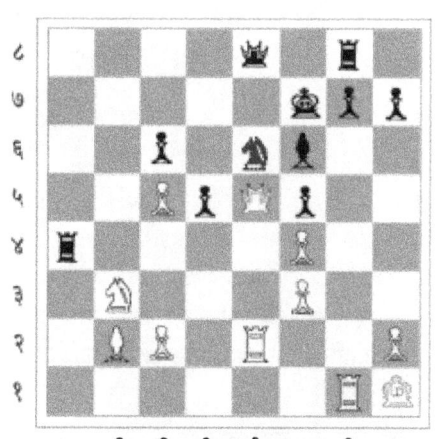

आकृती क्र. : ९५

या स्थितीत स्वाभाविकपणे दिसणारी पांढऱ्याची चाल १ व × एफ ५ असती तर त्याला काळा उत्तरदायी १..., ह × एफ ४ चाल करतो; परंतु पांढऱ्याकडे याहून सुंदर हिकमती हुकमी सुरुंगपेरणीची **१ ह × जी ७ ही चाल आहे.** त्याला पुढीलप्रमाणे पर्यायी उत्तरदायी चाली आहेत.

(अ) १..., रा × जी ७, २ व × एफ ६ मात.

(ब) ब..., घो × जी ७, तरीही २ व × एफ ६ मात :

(क) १..., ह × जी ७, २ व × एफ ६ शह, रा जी ८; ३ ह × ई ६, व डी ७; ४ ह ई ८ शह व × ई ८; ५ व × जी ७ मात.

(ड) १..., उं × जी ७, २ व × एफ ५ शह, रा ई ७; ३ ह × ई ६ शह, रा डी ८; ४ ह × ई ८ शहाने काळा वजीर गारद करून पांढरा अंती सहज जिंकतो. परंतु हे सारे डाव प्रत्यक्ष खेळताना सुचणे कठीणच आहे. या स्थितीत, ए १ एच ८ या पट मध्यावरच्या कर्णावर घडू शकणाऱ्या संभाव्य निर्णायक घडामोडी ओळखणे हीच यातील गुरुकिल्ली होय.

## स्थिती समस्या क्र. २७

पांढऱ्याने विजिगीषू लाभदायक सुसंघटित मारा शोधून काढला आहे तो कोणता?

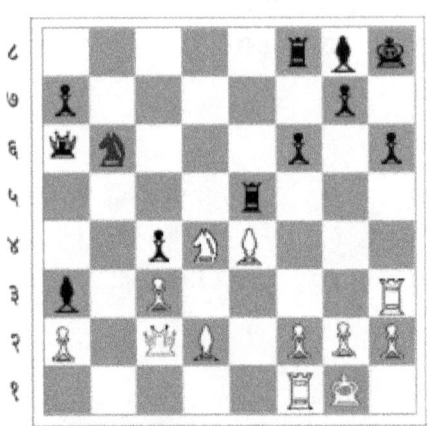

ए बी सी डी ई एफ जी एच

**आकृती क्र. : ९६ (पांढऱ्याची खेळी आहे)**

### सहायक सूचना २७ साठी

साहजिक दिसणारी प्राथमिक बलिदानाची चाल जर पांढऱ्याने केली, तर मग ई ४ चा उंटच त्याच्या मार्गात अडसर बनतो. तेव्हा त्याला मार्गातून दूर करणे; परंतु तेही योग्य अशी मारामरी करूनच.

ही स्थिती लेव्हिनफिश वि. व्हॅन फ्रेशमन यांच्या (लेनिनग्राड - १९, २५) डावातील आहे. पांढरा पुढीलप्रमाणे हिकमती आक्रमक बलिदानी चाली करून अंती जिंकतो. कसे ते पहा :

**१ उं × एच ६, जी × एच ६** (नाही तर पुढे २ उं एफ ४ काटशहाच्या कट्यारीने अंती पांढरा सहज जिंकतो.)

**२ ह × एच ६ शह, रा जी ७, ३ उं बी ७!!** (ने व जी ६ मातची धमकी देऊन ए ६ मधील काळा वजीर गारद करतो.)

**३..., रा × एच ६; ४ उं × ए ६** अशा रीतीने हत्ती अधिक उंट (८ गुण) विरुद्ध वजीर अधिक दोन प्यादी (११ गुण) असा भरगच्च वस्तुनिष्ठ लाभ पांढरा मिळवितोच. त्याशिवाय, काळा राजा उघड्यावर पडल्याने स्थितीवाचक श्रेष्ठताही पांढरा मिळवितो. असा हा आगळा वेगळा साहसी सुसंघटित माऱ्याचा आविष्कार आहे. यात पांढऱ्याने पाहिले की, बी १- एच ७ कर्णावर ई ४ मध्ये वजिरापुढे असणारा उंट या कर्णमार्गातून हलविला की मग व जी ६ ची निर्णायक मातची धमकी देता येते आणि म्हणूनच त्याचा ई ४ चा उंट सुरक्षितपणे कोठेही हलवून वरील निर्णायक परिणाम पांढरा साधू शकतो. यामध्ये दक्षतापूर्वक केलेल्या बिनचूक समयसूचक चाली पहा. **१ उं** × एच ६, जी × एच ६, आणि आताच २ उं बी ७? नको ती घोडचूक होते. कारण मग काळा २..., व × बी ७; ३ ह

× एच ६ शह, उं एच ७! मग काळा जिंकतो.

### स्थिती समस्या क्र. २८

पांढऱ्याकडे चार प्यादी कमी असताना त्यात भर म्हणजे, काळा एका चालीत मातची धमकी देत असतानाही पांढऱ्याने हा डाव जिंकला तो कसा?

**सहायक सूचना**

पांढऱ्याचे दोन्ही हत्ती पटाबाहेर काढून ठेवले तर मग पांढरा कोणती विजिगीषू चाल करतो, त्यातून हे स्पष्ट दिसून येईल. आता जी ७ मध्ये हत्ती परत ठेवा; परंतु जी ५ मध्ये मात्र हत्ती ठेवू नका, आता वेळ न दवडता जी ५ चा हत्ती मुक्त करता येतो का हे पहा. आता जी ५ मध्ये दुसरा हत्ती ठेवा आणि तो मार्गातून बाहेर काढता येतो का ते पहा; परंतु हे सारे करीत असताना, काळा एका चालीत..., व × सी २ मात करतो याचा मात्र कधीही विसर पडता कामा नये.

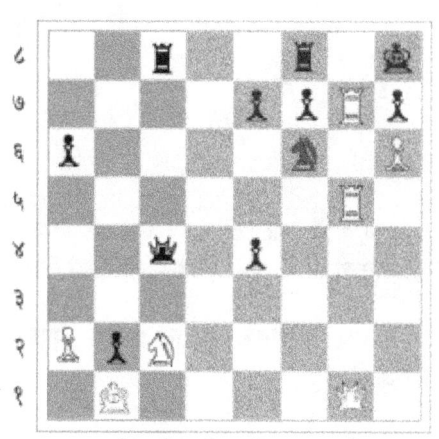

**आकृती क्र. : १७**

**उत्तर :** पांढरा पुढीलप्रमाणे आक्रमक बलिदानी चाल करून जिंकतो कसे ते पहा.

**१ ह सी ५!! व × सी ५, २ ह × एच ७ शह, रा × एच ७; ३ व जी ७ मात अशी** ही एक नमुनेदार गतिवाढीची मोहीम आहे. यामध्ये पांढऱ्याची पहिली बलिदानी चाल ही नुसतीच साहसी हत्तीला मार्गातून बाहेर काढून धमकी देणारी नाही, तर ती काळ्याच्या मर्मभेदक चालीलाही उशीर लावणारी ठरते. तेव्हा या मोहिमेत अत्यंत दक्षतापूर्वक, काटेकोरपणे मोजून व योजून केलेली चाली गणना अत्यंत महत्त्वाची आहे. उदा. येथे १ ह × एच ७ शह? चूक आहे, मग १..., घो × एच ७, २ ह सी ५, ह जी ८!! मग काळा जिंकतो.

### स्थिती समस्या क्र. २९

पांढऱ्याकडे एक जादा प्यादे असून, दबाव आहे. स्पष्टपणे त्याचा डाव वरचढ

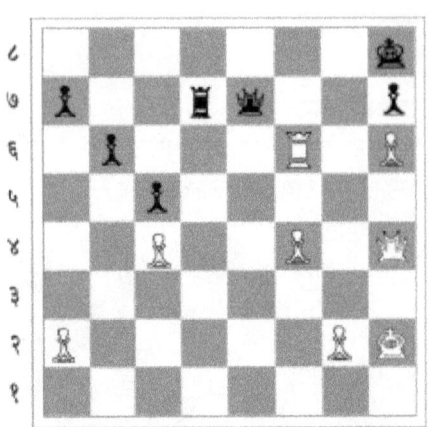

एः बीः सीः डीः ईः एफः जीः एच

आकृती क्र. : ९८ (पांढ्याची खेळी आहे)

आहे आणि तो आता एका सुरेख पद्धतीने छानदार डाव शेवट करतो ते कसे?

## सहायक सूचना २९ साठी

यात पिछाडीवरून होणारी मात आहे. कार्यपीडित सुसंघटित मारा आहे. पांढरा ह एफ ८ मात करतो तेव्हा ई ७ मध्ये काळा वजीर असणे अत्यावश्यक आहे. तेव्हा त्याच्यावर जादा कार्यपीडित बोजा कसा टाकावयाचा?

उत्तर : पांढरा पुढील-प्रमाणे आक्रमक बलिदानी चाल करून अंती जिंकतो.

उदा. १ व ई १!!, व डी ८, २ व ई ५,

काळा राजीनामा देतो.

(जर २..., रा जी ८, ३ व ई ६ शह, रा एच ८, ४ व × डी ७!) किंवा जर १..., रा जी ८ २ ह ई ६ आणि ३ ह ई ८ ने पुढे काळा वजीर मारून अंती डाव जिंकतो.)

यामध्ये पिछाडीवरून मात/कार्यपीडित बोजा या सुसंघटित माऱ्याचा आविष्कार दिसतो, कारण उघडच आहे की काळ्या वजिराला पिछाडीच्या रांगेचे संरक्षण करणे भाग पडते या बाबींचा पूर्ण उपयोग पांढरा करून घेतो.

## स्थिती समस्या क्र. ३०

ही स्थिती इलचेंको वि. सॉखिना (व्हॉरेंच १९७१) यांच्या डावातील आहे.

### सहायक सूचना

या स्थितीत तुम्हाला पुढीलप्रमाणे चाली करणे आवडेल का? उदा. १...,  घो एफ २, शह २ रा जी १, घो एच ३, दु. शह, ३ रा एच १, व जी १ शह ४ ह × जी १, घो एफ २ मात, अशी चिरडणाऱ्या घोडे मातला पांढरा पुढीलप्रमाणे उत्तरदायी चाल करून तुम्हाला हरवतो. उदा.२ ह × एफ २ व × एफ २; ३ व सी ८ शह वगैरे आणखी भुरळ पाडणारी चाल म्हणजे १---, ह

(जी) जी २ परंतु यालाही पांढरा चोख उत्तर देतो. उदा. २ व सी ८ शह वगैरे. तेव्हा अशा वस्तुस्थितीत काळ्याने एक गतिवाढीची चाल करणे इष्ट ठरते. ती कोणती ते पहा.

ए बी सी डी ई एफ जी एच

**आकृती क्र. : ९९ (काळा खेळतो आणि जिंकतो)**

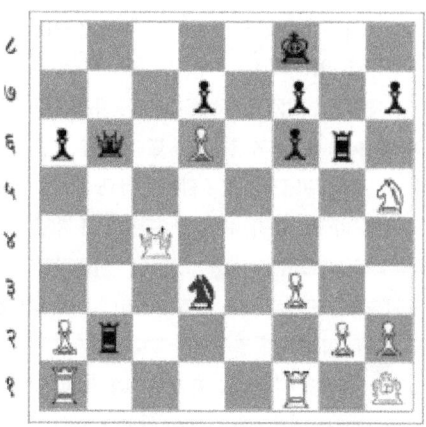

**उत्तर -१---, व जी १ शह × २ पांढरा राजीनामा देतो.** कारण जर २ ह × जी १, घो एफ २ मात किंवा जर २ रा × जी १, ह जी × जी २ शह, ३ रा एच १ ह × एच २ शह ४ रा जी १, ह बी जी २ मात होते, ही एक भुलवून कार्यपीडित करणाऱ्या सुसंघटित माऱ्याच्या आविष्कारातून, पांढऱ्या मोहऱ्याला प्राणघातकी जी १ च्या घरात जाण्यास भाग पडते. यामध्ये गतिवाढी मोहिमेचा विचार पाहण्यासारखा आहे. (या कल्पनेमध्ये आणखी एक दृष्टिकोनाचा पैलू आहे.) काळ्याला १... ह जी × जी २ ची वेळ दवडणारी चाल करून चालणार नाही. तेव्हा त्याला संभाव्य शहासाठी वजिराच्या बलिदानी शहातून गतिवाढ मिळवून डावावर निर्णायक वर्चस्व मिळवावे लागते.

**स्थिती समस्या क्र. ३१**

या स्थितीत सर्वच्या सर्व चतुरंग दले पटावर उपस्थित आहेत. डाव सुरुवात संपवून दोघेही प्रतिस्पर्धी नुकतेच डाव मध्यात प्रवेश करताहेत. पांढऱ्याची खेळी आहे. तो पुढे विजिगीषू डाव कसा खेळतो?

ही स्थिती प्रवोनिझ वि. रॅटमॅन (पत्रोत्तरी १९४६) यांच्या डावातील आहे.

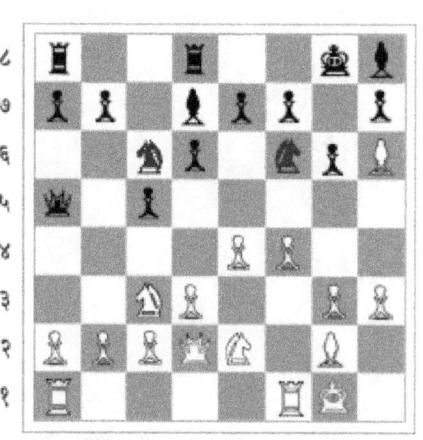

ए बी सी डी ई एफ जी एच

**आकृती क्र. : १०० (पांढऱ्याची खेळी आहे)**

**सहायक सूचना**

समजा सी ६ मध्ये काळा घोडा नसता तर मग काळ्या वजिराचा आणि ई ७ प्याद्याचा जोर जातो. तेव्हा पांढरा त्वरित कसा जिंकेल?

**उत्तर :** पांढरा पुढील-प्रमाणे हिकमती चाली करून जिंकतो. **१ ई ५! डी × ई ५; २ उं × सी ६, उं × सी ६; ३ घो डी ५! आणि पुढे ४ घो × ई ७** शह मातच्या धमकीमुळे काळ्याला त्याच्या वजिराचे अर्घ्य द्यावे लागते! सुरुंगपेरणीचा असा आहे हा सुसंघटित मारा. परंतु येथे आताच १ घो डी ५? ची चाल निराशजनक ठरते, कारण काळ्याचा वजीर आणि प्यादे, दोघांनाही जोर असल्याने काळा, १..., व × डी २ ने पांढरा वजीर गारद करू शकतो. तेव्हा पांढऱ्याने प्रथम या दोघांनाही जोर देणाऱ्या सी ६ च्या घोड्यालाच गारद करणे भाग आहे. कारण बुद्धिबळ खेळणाऱ्या कोणत्याही खेळाडूंना अवगतच असते की, जेव्हा काळा वजीर ए ५ मध्ये व पांढरा वजीर डी २ मध्ये असतो, तेव्हा पांढऱ्याची घो डी ५ ही दबावखोर चाल ठरलेलीच असते, तेव्हा अशा प्रकारची चूक पत्रोत्तरी डावात होणे म्हणजे आश्चर्यकारकच बाब ठरेल.

### स्थिती समस्या क्र. ३२

पांढऱ्याला विस्मयकारक अशी सुंदर चाल मिळते ती कोणती? परंतु त्याने सर्व मार्गांनी जिंकता येते का याची खातरी करून घ्यावी?

ही समस्या हॉनफी वि. लेंगियल (बुडापेस्ट १९६१) यांच्या डावातील आहे.

**सहायक सूचना**

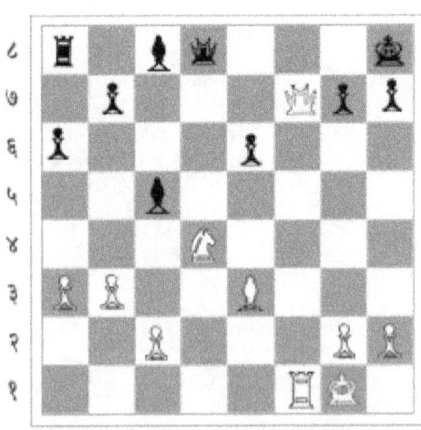

'एफ ८' च्या घराचे संरक्षण करण्यासाठी काळ्या उंटाची आणि वजिराचीही आवश्यकता आहे. तेव्हा पांढऱ्याला विस्मयकारक रीतीने याचा लाभ कसा घेता येतो. याचा शोध घेतला की उत्तर गवसते.

**आकृती क्र. : १०१ (पांढऱ्याची खेळी आहे)**

**उत्तर** - पांढरा पुढील-प्रमाणे हिकमती बलिदानी चाल करून अंती जिंकतो.

**१ घो सी ६! बी × सी ६; २ उं × सी ५, उं**

**डी ७, ३ ई उं डी ४! काळा राजीनामा देतो.** कारण काळ्याचे एक मोहरे नाहक मारले जातेच मग शेवटी पांढरा सहज जिंकतो. आता आपण इतर पर्यायी चाल पाहू (अ) १..., उं × ई ३ शह, २ रा एच १, व जी ८ (येथे जर २ ..., बी × सी ६, मग ३ व एफ ८ शह! वगैरे) ३ व × जी ८ शह, रा × जी ८, ४ घो ई ७ शह, रा एच ८, ५ ह एफ ८ मात किंवा जर १..., बी × सी ६, २ उं × सी ५, एच ६; ३ व जी ६! रा जी ८ (हीच उत्कृष्ट संधी होय) ४ एच ४! मग ह एफ ७ ने त्वरित निर्णायक वर्चस्व मिळते. तेव्हा या ठिकाणी एच ४ च्या चालीने काळ्या वजिराच्या संभाव्य व डी १, शहासाठीचे निवारण करण्यासाठी पांढऱ्या राजाला पलायन घर मिळते. परंतु असा सुसंघटित मारा हुडकून काढणे कठीण जाते, याचे कारण मारामारी करून काळ्या उंटाला शह देण्याची भुरळ घालता येते आणि जर असे केले नाही, तर उलट पांढरा उंट काळ्या उंटाला गारद करतो. मग एफ ८ वर पांढऱ्याचा तिहेरी मारा जारी होतो वगैरे. तात्पर्य यामध्ये कार्यपीडित सुसंघटित माऱ्याचा आविष्कार दिसून येतो.

### स्थिती समस्या क्र. ३३

आणि अशा प्रकारच्या स्थितीत, नमुनेदार सुसंघटित मारा करून जिंकतो ते कसे?

ही स्थिती म्युबलर वि. कोहलर यांच्या (१९६७ च्या पत्रोत्तरी) डावातील आहे.

**सहायक सूचना**

राजाच्या (किल्लेकोटाच्या) बचावखोर प्याद्यांना गारद करण्यासाठी केलेल्या बलिदानातून होणाऱ्या मोकळ्या उभ्या पट्ट्यांचा पुरेपूर लाभ उठवता उत्तर गवसते.

**उत्तर -** पांढरा पुढीलप्रमाणे आक्रमक बलिदानी चाली करून अंती जिंकतो, कसे ते पहा.

**१ घो एफ ६ शह!!** जी × **एफ ६ (जर १..., रा एच ८? मग २ ह × एच ७ मात.)**

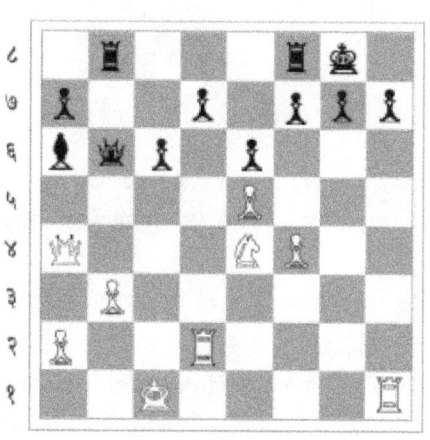

ए बी सी डी ई एफ जी एच

आकृती क्र. : १०२ (पांढरा खेळतो व जिंकतो)

२ ह जी २ शह, रा एच ८; ३ ह × एच ७ शह, रा × एच ७; ४ व ई ४ शह, एफ ५; ५ ह एच २ शह, रा जी ७, ६ व जी २ मात होते.

अशा या स्थितीत काळ्या राजाच्या बचावासाठी धावून येऊ शकणारे मोहरे (री) नसल्याने, त्याच्या किल्लेकोटाच्या बचावखोर प्याद्यांना गारद करण्यासाठी प्रतिस्पर्धी सहज बलिदाने देऊ करतो व अंती जिंकतो. येथे संथ गतीने उदा. १ ह जी २, व ई ३ शह. २ रा बी २, पुढे रा ए१! या चाली पांढऱ्यासाठी कमी परिणामकारक आहेत.

### स्थिती समस्या क्र. ३४

तो नमुनेदार सुसंघटित मारा करून जिंकतो ते कसे? (ही स्थिती व्हिस्टाने किस वि. सोलर यांच्या १९३७ स्टॉकहोम) डावातील आहे.

**सहायक सूचना**

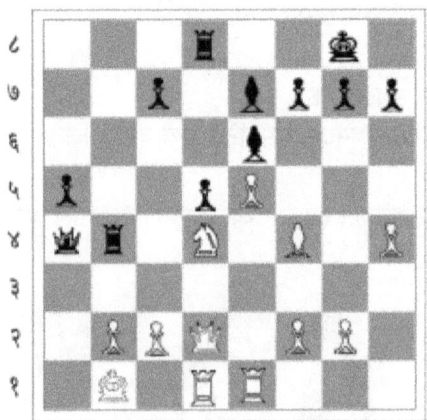

ए बी सी डी ई एफ जी एच
आकृती क्र. : १०३ (काळ्याची खेळी आहे)

मागील स्थिती समस्या क्र. ३३ मध्ये उल्लेख केल्याप्रमाणे, या स्थितीतही पांढऱ्या राजाला उघड्यावर आणण्यासाठी समयोचित बलिदाने करून काळा अंती जिंकतो, कसे ते पहा.

**उत्तर** - काळा पुढील-प्रमाणे आक्रमक बलिदाने करून अंती जिंकतो. १..., ह बी २ शह! २ रा × बी २, व ए ३ शह, ३ रा बी १ ह बी८ शह, ४ घो बी ३, ह × बी ३ शह, ५ सी × बी ३, उं एफ ५ शह, कारण जर ६ व डी ३ (येथे ६ व सी २ अति वाईटच) मग काळा, ६... व बी ३ शह, ७ रा ए १, उं × डी ३ आणि पांढऱ्याचे एक बलिष्ठ मोहरे आणि दोन प्यादी जाऊन त्याची परिस्थिती निराशाजनक व दयनीय होते.

राजाला उघड्यावर खेचून निर्णायक मातकारक असे हे नमुनेदार दुसरे उदाहरण आहे. या इष्ट स्थितीत, एका हत्तीच्या बलिदानाच्या बदल्यात इतर काळ्या मोहऱ्यांना तत्काळ परिणामकारक चढाईस वाव मिळतो, ही बाब लक्षात ठेवावी. परंतु अशा प्रकारची बलिदाने नेहमीच उपयुक्त ठरतात असे नाही; परंतु अशा प्रकारे केलेल्या

बलिदानाने शत्रू राजाला उघड्यावर खेचून आणलेल्या स्थितीत, इतर मोहरी कशी परिणामकारक रीतीने मात करू शकतात हे अजमावून पाहूनच निर्णायक मर्मघातक मात उद्‌भवून सुसंघटित माऱ्याचा आविष्कार करणे इष्ट ठरते.

## स्थिती समस्या क्र. ३५

ही स्थिती सुट वि. कॉटोमन यांच्या (१९६६ पत्रोत्तरी) डावातील आहे.

**सहायक सूचना**

१ व × एच ६ अशा चालीने एच ६ प्यादे घेण्यापेक्षाही अधिक खातरीशीर मार्ग आहे. तसेच काळ्या राजाच्या बचाव करणाऱ्या मोहऱ्यांचा काटा समयोचित बलिदाने देऊन काढला की उत्तर गवसेल; परंतु अत्यंत सावधानतेने व दक्षतेने खेळण्यास मात्र विसरू नका.

**आकृती क्र. : १०४ (पांढरा खेळतो व जिंकतो)**

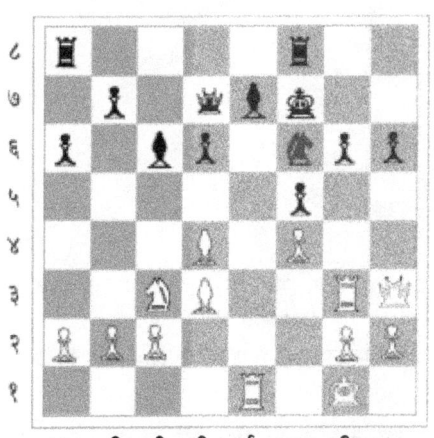

**उत्तर** - पुढीलप्रमाणे आक्रमक बलिदानी चाली करून पांढरा अंती जिंकतो. कसे ते पहा. **१ ह × जी ६! रा × जी ६; २ ह × ई ७! व × ई ७; ३ व × एफ ५ शह** आणि आता जर ३..., रा एफ ७, ४ व जी ६ शह, रा ई ६, ५ उं एफ ५ मात आणि काळ्याने दुसऱ्या चालीत हत्ती न मारता जर २..., व सी ८ ची चाल केल्यास पांढरा ३ व जी ३ शह देऊन लगेच जिंकतो. या इष्ट स्थितीत काळ्या वजिरावर कार्यपीडित बोजा असल्यामुळेच पांढऱ्याला ह × ई ७ शह! ची मुभा मिळते. तसेच वरील ठळक अक्षरातील चाली प्रणालीच दक्षतेने करणे अत्यावश्यक आहे. कारण आधी १ ह × ई ७ शह? हे चुकते, कारण काळा १..., व × ई ७, २ ह × जी ६, व ई १ शह ३ उं एफ १, रा × जी ६ नंतर काळा जिंकतो. तेव्हा विरोधी बचाव करणारे मोहरे गारद करण्याचा क्रम लक्षात घेऊनच निर्णायक आक्रमण करणे इष्ट आहे.

## स्थिती समस्या क्र. ३६

ही स्थिती बाउमस्टार्क वि. कोझिलोवस्का यांच्या (१९७१ - महिला आव्हानवीरांगना स्पर्धेतील) डावातील आहे.

**सहायक सूचना**

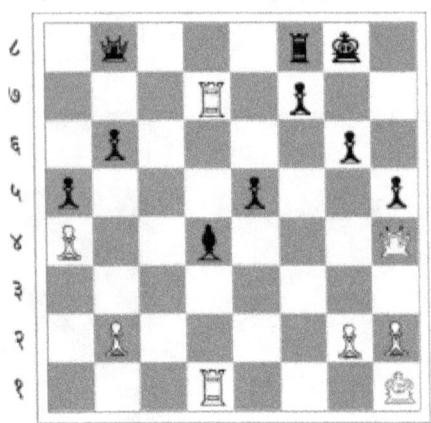

**ए बी सी डी ई एफ जी एच**

**आकृती क्र. : १०५**

**(पांढरा खेळतो व त्वरित जिंकतो ते कसे)**

येथे गुरुकिल्लीचे स्थान म्हणजे 'जी ७' हे होय. तेव्हा पांढऱ्याची (तेथे शक्यतो घुसण्याची) पहिली चाल असणार तेव्हा साहजिकच काळ्याची चाल त्याला थोपविणारी असेल. मग पांढरा सुसंघटित चढाईसाठी तेथे जादा कुमक आणवून दबाब वाढवील तर काळा त्याला आळा घालण्यासाठी आटोकाट प्रयत्न करील.

**उत्तर -** पांढरा पुढीलप्रमाणे हिकमती चाली करून अंती जिंकतो. कसे ते पहा : **१ व जी ५, रा एच ७** (नाही तर पांढरा व एच ६) **२ ह डी ३, व सी ८,३ ह एच ३! उं ई ३,** (काळ्याचा बचावाचा हा चांगला प्रयत्न होय.) **४ ह × एच ५ शह! काळा राजीनामा देतो.** कारण जर ४..., जी × एच ५, व जी ७ मात किंवा जर ४..., रा जी ८, ५ व × जी ६ शह! एफ × जी ६, ६ ह जी ७ मात. येथे ४ व × ई ३? नको मग ४..., व × डी ७ आणि त्याहून वाईट म्हणजे ४ ह × ई ३?? मग काळा ४... व सी १ शह.

या मोहिमेतील काळ्याची ३..., उं ई ३! ची चाल यशदायी ठरली नसली तरीही बलिदानाचे अर्घ्य देऊन गतिवाढ मिळविणारी व प्रतिटोला देऊ शकणारी ही चाल तितकीच आकर्षक आहे. कारण पांढऱ्याने जर डी ७ च्या हत्तीने आक्रमणाची धार निर्णायक रीतीने वाढविणारी ह जी ७ मातची चाल अचानक केली नसती, तर काळ्याचा प्रतिटोला मर्मघातक ठरला असता, हेही तितकेच खरे आहे.

## स्थिती समस्या क्र. ३७

ही स्थिती लीसर वि. बुसकागलिया यांच्या (१९५७ जीनिव्हा) डावातील आहे.

**सहायक सूचना**

यामधील सुसंघटित मारा कॉर्कस्क्रू समान आहे. त्यात काळा राजा हा बुचासमान आहे. तर त्याची बुद्धिबळ दले बाटलीसमान आहेत; तेव्हा पांढरा कोणती क्लृप्ती योजून काळ्याला हरवतो?

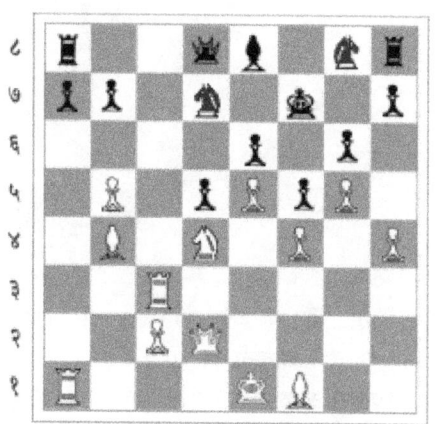

**आकृती क्र. : १०६**
**(पांढरा खेळतो व जिंकतो)**

**उत्तर** - पांढरा पुढीलप्रमाणे आक्रमक बलिदानी चाली करून काळ्या राजाला उघड्यावर खेचून आणून शहावर शह देत देत त्याला सक्तीने पटाच्या कडेपट्टीत रेटून अंती मात करतो. कसे ते पहा. **१ घो × ई ६! रा × ई ६, २ व × डी ५ शह! रा × डी ५, ३ ह डी १ शह, रा ई ४; ४ ह सी ४ शह, रा एफ ३, ५ ह डी ३ शह, रा जी ४, ६ उं ई २ शह, रा × एच ४ ७ ह (४) सी ३ आणि पुढे ८ ह एच ३ मात** किंवा ७ रा एफ १ ने ही पांढरा लगेच जिंकतो. उदा. **७---, व बी ६, ८ उं ई १ शह, व एफ २ शह, ९ उं × एफ २ मात** अशा रीतीने काळ्या बुद्धिबळ दलांच्या बाटलीतून काळ्या राजाच्या बुचाला पांढऱ्याने कॉर्कस्क्रूरूपी चढाईने बाहेर खेचून काढून नेस्तनाबूद केल्याचे हे एक नमुनेदार उदाहरण होय.

काळ्याने जर घोड्याचे आमिष नाकारले तर उदा. १---, व बी ६ मग पांढरा २ घो सी ७, ह डी ८, ३ व × डी ५ शह, रा जी ७, ४ घो × ई ८ शह, ह × ई ८, ५ व × डी ७ ने घनिष्ट वस्तुनिष्ठ लाभ मिळवून अंती पांढरा सहज जिंकतो.

## स्थिती समस्या क्र. ३८

ही स्थिती हार्ट वि. एंडर्स यांच्या (१९३६ च्या स्पर्धेतील) डावातील आहे.

**सहायक सूचना**

काळा केवळ एका चालीत मात करण्याची धमकी देत आहे तेव्हा पांढऱ्याने

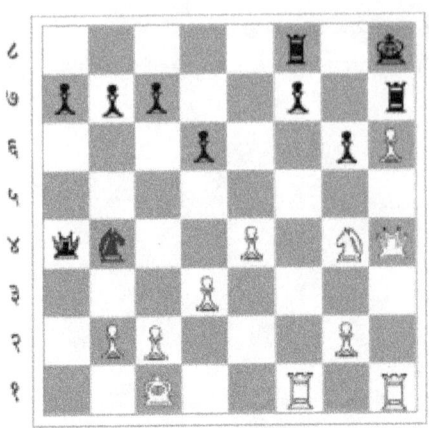

ए बी सी डी ई एफ जी एच

**आकृती क्र. : १०७**

**(पांढरा खेळतो व त्वरित जिंकतो ते कसे)**

शहांचा ससेमिरा लावूनच जिंकणे अत्यावश्यक ठरते. तेव्हा पांढरा स्वत: (राजाचा) बचाव करण्यासाठी न थांबता ते कसे करू शकतो, हे शोधता उत्तर सहज गवसते.

**उत्तर** - पांढरा पुढील-प्रमाणे आक्रमक शहदायी चाली करून जिंकतो उदा.

**१ व एफ ६ शह, रा जी ८; २ व जी ७ शह, ह × जी ७; ३ घो एफ ६ शह, रा एच ८; ४ एच × जी ७ शह रा × जी ७, ५ ह एच ७ मात.** यामध्ये काळ्याच्या काळ्या घरांवरील कमकुवतपणा तसेच पांढऱ्याने चातुर्याने बलिदान करून मिळविलेली गतिवाढ ही या सुसंघटित माऱ्यातील अमोघ अस्त्रे होत.

## स्थिती समस्या क्र. ३९

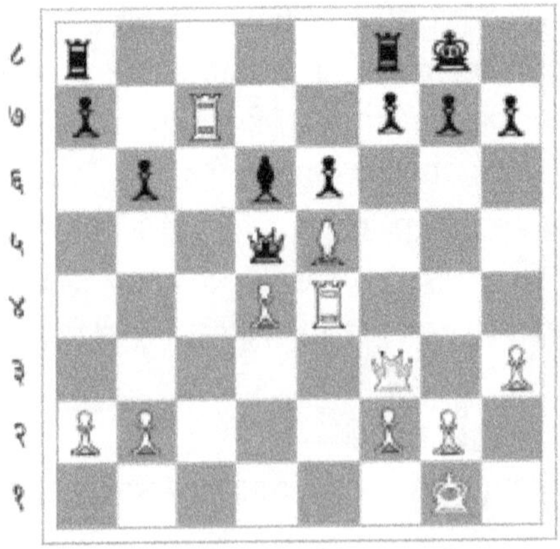

ही स्थिती निमझोविच वि. नेल्सन यांच्या (१९३०-कोपनहेगन) डावातील आहे.

या स्थितीत काळ्याच्या किल्लेकोटाच्या तटबंदीतील 'जी ७' चे प्याद्याचे लक्ष्य बनवून पांढऱ्याने घाव घातला की उत्तर गवसेल खरे; परंतु या इष्ट स्थितीत काळा उंटाची मारामारी करून दमणूक करील, तेव्हा प्रथम या बाबीचा काटा काढल्यास 'जी ७'वर मर्मघातक हल्ला चढवून अंती पांढरा जिंकतो. कसे ते पहा.

ए बी सी डी ई एफ जी एच

**आकृती क्र. : १०८ (पांढरा खेळतो व जिंकतो)**

**उत्तर** - पांढरा पुढीलप्रमाणे हिकमती डावपेच टाकून अंती जिंकतो. **१ ह, डी ७, ह ए डी ८;** (येथे १... ह एफ डी ८? नको : मग २ व एफ ७ शह मात) **२ ह × डी ६! ह × डी ६; ३ व एफ ६!! काळा राजीनामा देतो.**

**कारण जर ३..., जी × एफ ६, ४ ह जी ४ शह, रा एच ८, ५ उं × एफ ६ मात होते.** काळ्याने जर ३..., व × ई ५, ४ व × ई ५ मग पांढरा सहज जिंकतो. डावाचा शेवट करण्यातील काही बाबी अत्यावश्यक तर आहेत, तसेच त्या बोधकारकही आहेत. येथे ३ व जी ३? चूक आहे तसेच ३ ह जी ४? ही चूक आहे; कारण मग काळा ३... जी ६! ची उत्तरदायी चाल करतो. संकलित सुसंघटित माऱ्याचे हे एक मनोवेधक उदाहरण आहे. प्रथम काळ्या कर्णघरांवर आव्हानदर्शक ताबा दाखविणाऱ्या काळ्या उंटाचा काटा मातब्बर हत्ती देऊन पांढऱ्याने काढला. मग डावावर आपला वरचश्मा दाखविण्यासाठी, पांढरा अत्यंत नाट्यमय रीतीने व त्याचवेळी परिणामकारक चाली रचून अंती सहज डाव जिंकतो.

## स्थिती समस्या क्र. ४०

ही स्थिती सॅपकालीन वि. ॲफनॅसिव्ह यांच्या (१९७१ रशिया) डावातील आहे.

या स्थितीत पांढऱ्याने १ घो सी ५ शह ही चाल केली तर काळ्याने त्याला उत्तरदायी चाल म्हणून १..., रा ई ८ ही चाल केली.

(अ) आता समजा काळ्याने जर १... व × सी ५ ही चाल केली तर मग पांढरा काय खेळेल?

(ब) आणि... १ रा ई ८? या चालीनंतर काय होईल?

**आकृती क्र. : १०९**

**सहायक सूचना**

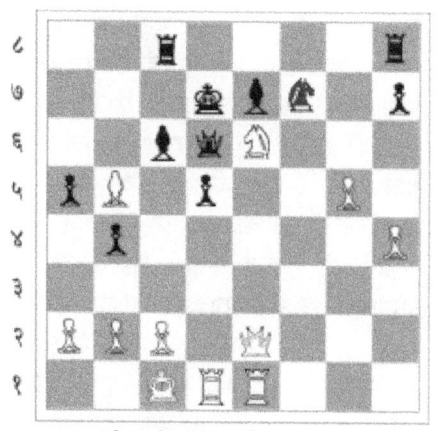

(अ) काळ्याने जरी १... व × सी ५ ही चाल केली तरीही काळ्या वजिराला ई ७ मधील उंटाला जोर देणे भाग पडते तेव्हा पांढरा काळ्याच्या या कठीण स्थितीचा बरोबर लाभ उठवू शकतो आणि तोही आक्रमक रीतीने.

(ब) यामध्येही वर अ) मध्ये सांगितलेली कल्पनाच प्रत्ययाला येते खरी; परंतु काळा प्रतिटोला हाणू शकतो. तोही पांढरा तितक्याच मनोहारी शैलीने लीलया परतवतो आणि अंती डाव जिंकतो.

**उत्तर - अ) १ घो सी ५ शह व × सी ५** नंतर पांढरा पुढीलप्रमाणे जिंकतो. **२ ह × डी ५ शह! रा सी ७!** (येथे २..., व डी ६? नको मग ३ व × ई ७ मात) **३ ह × सी ५, उं × सी ५, ४ उं × सी ६, रा × सी ६; ५ व एफ ३ शह, रा हलतो. ६ व × एफ ७ ने घोडा मारून पांढरा विजिगीषू वस्तुनिष्ठ लाभ तिळवून अंती सहज जिंकतो.** २ ह × डी ५ शह, या घडामोडीतून मूलभूत सुसंघटित हल्ल्याच्या कितीतरी बाबींचा समावेश होतो. ते उद्बोधक आहे. प्रथम (ईर) बी ५ च्या उंटाने सी ६ च्या उंटाला ईरेस धरल्याने त्या उंटाने मारक पांढऱ्या हत्तीला परत मारता येत नाही. दुसरे म्हणजे काळा वजीर कार्यपीडित झाला आहे. कारण एकाचवेळी त्याला डी ५ चे प्यादे तसेच ई ७ च्या उंटालाही जोर देण्याची दुहेरी कामगिरी बजावावी लागते आणि तिसरी बाब म्हणजे या ईर आणि काळ्या वजिराच्या कार्यपीडितपणामुळेच पांढऱ्या हत्तीला एकाचवेळी काळ्या राजावर शहमारा करून काळ्या वजिरावर द्विघाती हल्ला चढविण्याची सहज मुभा मिळते. येथे आणखी एक ठळक बाब (जी बहुधा आक्रमक बलिदानात दिसून येते) ती म्हणजे ३ ह × सी ५, उं × सी ५ यानंतरचे चाली विश्लेषण करण्याचे थांबवू नये, कारण यातून उद्भवणाऱ्या स्थितीतून काळ्याकडे हत्ती, उंट आणि घोडा विरुद्ध पांढऱ्याकडे वजीर, हत्ती व तीन जादा प्यादी राहतात. तेव्हा अशा या वस्तुस्थितीतून पांढरा, काळा घोडा गारद करतो तो निर्णायक ठरतो.

(ब) काळ्याने **१..., रा ई ८** चाल केली तरीही पांढरा पुढीलप्रमाणे जिंकतो. २ ह × डी ५ उं × बी ५, ३ व × बी ५ शह, व सी ६; ४ ह डी ७! व × बी ५ (नाही तरी काळा काय करू शकतो) मग पांढरा केवळ ५ चालीत मात करतो. उदा. ५ ह ई × ई ७ शह, रा एफ ८, ६ ह × एफ ७ शह, रा जी ८ (जर ६..., रा ई ८ मग ७ ह डी ई ७ शह, रा. डी ८, ८ घो ई ६ मात), ७ ह जी ७ शह, रा एफ ८, ८ घो ई ६ शह, रा ई ८, ९ ह ई ७ मात)

पांढऱ्याला (दुर्दैवाने म्हणा) पुढीलप्रमाणे धोपट मार्गाने कंटाळवाण्या संथ गतीनेही अंती डाव जिंकता येतो. उदा. ४ व सी ६ शह, ह × सी ६, ५ ह डी ७ ह × सी ५, ६ ह ई × ई ७ शह, रा एफ ८, ७ ह × एफ ७ नंतर पांढरा सहज जिंकतो. कारण शत्रूच्या गोटात सातव्या रांकेत शिरलेल्या जोडहत्तींची मुसंडी अंती जीवघेणीच ठरते.

## स्थिती समस्या क्र. ४१

प्रथम दृष्टिक्षेपात पांढऱ्याची १ घो × ई ५ चांगली वाटते; परंतु काळ्याने स्पष्ट दिसणारे प्रत्युत्तर १... घो × ई ५ हे चांगले आहे की वाईट? ही स्थिती केरेस वि. फिलिप यांच्या (१९६७ क्युराकाव) डावातील आहे.

**सहायक सूचना**

या इष्ट स्थितीत पांढऱ्या वजिराचे स्थान पाहता पांढऱ्याच्या १ घो × ई ५ ला काळ्याचे प्रत्युत्तर स्पष्ट आहे आणि काळ्याने १..., घो × ई ५ ची चाल केल्यास त्याला पुरून उरेल असा पांढऱ्याचा हल्ला बलदंड व जोरदार हवा. तेव्हा ही सारी परिस्थिती अजमावूनच काळ्याच्या स्थितीमधील तत्काळ भेदनीय दुवा कोणता आहे, तो हुडकून त्याचा पुरेपूर लाभ तुम्हाला उठवता आला की त्याचे उत्तर गवसते.

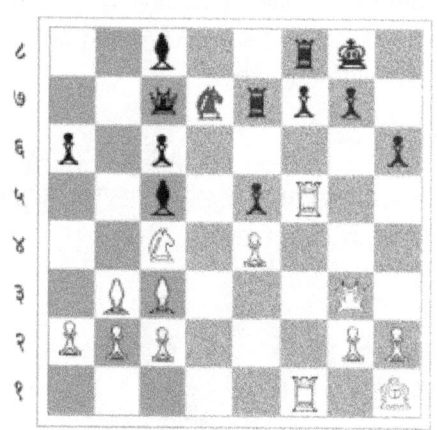

ए बी सी डी ई एफ जी एच

आकृती क्र. : ११०

**उत्तर - पांढऱ्याची १ घो × ई ५ ही विजिगीषू चाल आहे आणि काळा १...., उ डी ६ ची चाल करतो.** (जर १..., घो एफ ६ ? मग ह × एफ ६ आणि जर १..., घो × ई ५, २ उं × ई ५, ह × ई ५, ३ ह × एफ ७!) **२ ह × एफ ७, ह एफ × एफ७, ३ ह × एफ ७ ह × एफ ७, ४ उं × एफ ७ शह,** काळा राजीनामा देतो.

कारण जर (अ) ४...,रा एच ८, ५ घो जी ६ शह, रा एच ७; ६ घो एफ ८ शह, उं × एफ ८, (नाही तर ७ व × जी ७ मात होते) : ७ व × सी ७, मग पांढरा जिंकतो.

(ब) ४...., रा एच ७; ५ व जी ६ शह, रा एच ८; घो × डी ७ ने पुढे व × जी ७ (किंवा व एच ६) मात देण्याची धमकी देऊन पांढरा अंती सहज जिंकतो.

(क) ४...., रा एफ ८; ५ घो × डी ७ शह, रा × एफ ७ (जर ५... उं (किंवा व) × डी ७ मग ६ व × जी ७ शह, रा ई ७; ७ उं एफ ६ मात होते.) ६ व × जी ७ शह, रा ई ८, (जर ६... रा ई ६, मग ७ घो एफ ८ शह, उं × एफ ८; ८ व × सी ७) ७ घो एफ ६ शह, रा डी ८; ८ व जी ८ शह, रा ई ७;

९ व ई ८ मात होते.

अशा या गुंतागुंतीच्या मोहिमेत केरेस किंवा फिलिप यांच्या हे लक्षात आले नाही की, 'ईर'च्या बचावाची भक्कम ढाल पुढे करून पांढऱ्याला बराच वेळ लांब ठेवता येते; तरीही या इष्ट स्थितीत पांढरा राजा खेरीज इतर सर्व पांढरी मोहरी काळ्या राजावर घनघोर हल्ला चढवीत असल्याने काळ्याला समाधानपूर्वक बचाव करणे कठीणच आहे.

### स्थिती समस्या ४२

तो कसा काय जिंकेल? काळ्याचा उत्कृष्ट बचाव कोणता आहे! (ही स्थिती बायोवस्की वि. डिजरविंन यांच्या (१९७० च्या यु. सो. रशियन स्पर्धेतील) डावातील आहे.

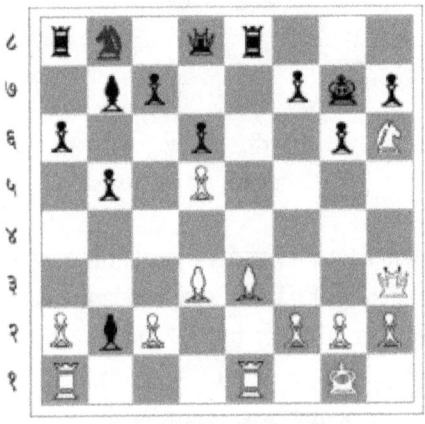

**आकृती क्र. : १११**

**सहायक सूचना -** पांढऱ्याची पहिली चाल १ घो × एफ ७ असणार तेव्हा काळ्याच्या १--- रा × एफ ७ या उत्तरदायी खेळीनंतर तुम्हाला डाव जिंकावयाचा आहे खरा; परंतु काळा १---, व एफ ६ या चालीने चांगला बचाव करू शकतो तेव्हा याला बिनतोड चाल शोधली की याचे उत्तर गवसेल!

**उत्तर -** पांढरा पुढीलप्रमाणे आक्रमक बलिदानी चाली करून अंती जिंकतो. कसे ते पहा. **१ घो एफ ७, व एफ ६!; २ व एच ६ शह! रा जी ८;** (जर २---, रा × एफ ७, मग ३ व × एच ७ शह व जी ७; ४ उं × जी ६ शह, रा एफ ६ ५ उं जी ५ शह! रा × जी ५ ६ व एच ५ शह, रा हलतो (एफ ६ मध्ये, ७ व एफ ५ मात) **३ उं. डी ४! ह × ई १ शह; ४ ह × ई १, काळा राजीनामा देतो.** कारण आता पांढरा पुढीलप्रमाणे धाक देऊन अंती जिंकतो. उदा. **५ ह ई ८ शह, रा × एफ ७, ६ व एफ ८ मात होते** आणि आता काळ्याने ४---, व × एफ ७ मग ५ ह ई ८ शह! व × ई ८; ६ व जी ७ मात होते. किंवा जर ४--- रा × एफ ७; ५ व × एच ७ शह, रा एफ ८; ६ उं × एफ ६, उं

× एफ ६, ७ उं जी ६, या दोन्ही प्रकारच्या चाली काळ्याच्या बचावाच्या दृष्टीने कुचकामी आहेत. परंतु जर १--- रा × एफ ७, २ व × एच ७ शह; उं जी ७; ३ उं × जी ६ शह, रा एफ ८, (येथे जर ३---, रा एफ ६, मग ४ उं जी ५ शह) ४ उं एच ६ ने पांढऱ्याला सहज जिंकता येते. आता शेवटी जर १---, ह × ई ३ (ने आक्रमक व सलणारा धोकेबाज मोहऱ्याचा काटा काढता येतो.) २ ह × ई ३, (याहून इतरही विजिगीषू मार्ग आहेत.) रा × एफ ७; ३ व × एच ७ शह (आणि जर ३---, उं जी ७, मग ४ ह एफ ३ शह किंवा ३---, रा एफ ८, ४ उं × जी ६)

सुसंघटित माऱ्याचा आविष्कार दाखविणारे हे एक उत्कृष्ट उदाहरण होय. या विजयामध्ये 'उं डी ४!' ही चाल अत्यंत परिणामकारक ठरते, कारण काळा वजीर खूपच कार्यपीडित आहे. तशात बी २ मध्ये काळा उंट असल्याने 'उं डी ४'ची हिकमती चाल सहज सुचणे कठीण आहे. कारण, बी २ च्या उंटाच्या अस्तित्वामुळे ए १- एच ८ या मध्य कर्णावर पांढरा उंट खेळविण्याची अफलातून कल्पना मुळात खेळाडूला सुचत नाही.

या मोहिमेतील महत्त्वाचे सूत्र म्हणजे जेव्हा तुम्ही देऊ केलेला बळी जर प्रतिस्पर्ध्याने स्वीकारला नाही; तर त्यातून कोणकोणती गुंतागुंत उद्‌भवू शकते हे उद्‌बोधक ठरते. पांढऱ्याचा धोका (तोही एका हत्तीचे अर्घ्य देऊनही) त्याच्या दोन मोहऱ्यांची अवस्था त्रिशंकूसारखी अधांतरी होते हे अभ्यसनीय आहे.

### स्थिती समस्या क्र. ४३

(पण विश्वास बसणार नाही) त्याने डाव बरोबरीत सोडविला मग तो कसा?

(ही समस्या १९२९ कागनच्या न्यूस्टर नेचरीज रिचर्ड रेटी यांच्या अभ्यासावर आधारित.)

**सहायक सूचना**

अगदी स्पष्ट दिसते की, पांढऱ्या राजाने पाठलाग करूनही त्याला काळे प्यादे पकडता येणार नाही. तेव्हा त्यातून योग्य मार्ग म्हणजे, पांढऱ्या राजाला काळे

ए बी सी डी ई एफ जी एच

**आकृती क्र. : ११२ (पांढऱ्याची खेळी आहे)**

प्यादे पकडण्यासाठी आवश्यक अवधी मिळवावा लागतो आणि हा हेतू साध्य करण्यासाठी आपल्या प्याद्याचा वजीर करण्याची धमकी देत देत काळ्या प्याद्याचा पाठलाग साधावयाचा असतो. तर या मार्गाने काळ्या राजाला सक्तीने दोन चाली करावयास भाग पाडले की, मग पांढऱ्या राजाला काळे प्यादे गाठण्यासाठीचा आवश्यक तो अवधी मिळतो.

**उत्तर** - पांढरा पुढीलप्रमाणे चाली करून डाव बरोबरीत सोडवितो.

१ रा जी ७, एच ४, २ रा एफ ६, रा बी ६ (जर २... एच ३, मग ३ रा ई ६, एच २; ४ सी ७, रा बी ७; ५ रा डी ७ ने बरोबरी होते.)

**३ रा ई ५! एच ३** (नाही तर ४ रा एफ ४ ने पांढरा राजा एच पट्टीतले काळे प्यादे गाठू शकतो.

**४ रा डी ६, एच २; ५ सी ७** ने पांढरा बरोबरीत डाव सोडवितो. पांढऱ्या राजाने असाधारण गती धारण केल्याचे हे नमुनेदार उदाहरण ठरते.

## स्थिती समस्या क्र. ४४

समस्या क्र. ४३ मध्ये राजाच्या असाधारण गतीच्या फिरकीचा आविष्कार आपण अनुभवाला आहे. तो तुम्हाला मनोरंजक वाटला ना, आता या ४४ व्या समस्येमध्येही तोच अनुभव येईल. (रेटी यांच्या अभ्यासाचा परिपाक म्हणजे या दोन्ही समस्या होत.)

ए बी सी डी ई एफ जी एच

**आकृती क्र. : ११३**

**(पांढरा खेळतो आणि बरोबरी करतो)**

**उत्तर** - पांढरा पुढीलप्रमाणे हिकमती चाली करून डाव बरोबरीत सोडवितो. कसे ते पहा.

**१ रा जी ६** आणि आता जर, **(क) १..., रा बी ६, २** रा × जी ७, एच ५ (जर २..., एफ ५; ३ रा एफ ६, एफ ४, ३ रा ई ५) ३ रा × एफ ६, एच ४; ४ रा ई ५.

**(ख)** १..., एच ५, २ रा × जी ७, एच ४; ३ रा × एफ ६, रा बी ६; ४ रा ई ५ किंवा जर,

**(ग)** १...., एफ ५; २ रा × जी ७, एफ ४ : ३ रा एफ ६, एफ ३, ४ रा ई ६, किंवा ४ रा ई ७ ने अंती पांढरा बरोबरी साधतो.

## स्थिती समस्या क्र. ४५

(ही समस्या हेन्री रिक यांच्या अभ्यासातील आहे) ४५ वी समस्या म्हणजे बुद्धिबळ पंडित रेटीच्या अभ्यासाला लोकप्रिय समस्याकार रिक यांनी दिलेले हे प्रत्युत्तर होय. रेटीच्या अभ्यासाहून या समस्येचा निकाल का आणि कसा निराळा आहे?

**सहायक सूचना -** यामध्ये दोन बाबी मनात बाळगल्या पाहिजेत.

(एक) निश्चित स्वरूपाच्या एखाद्या स्थितीत जर दोन्ही खेळाडूंनी प्याद्याच्या यशस्वी रीतीने वजीर केल्यास डाव बरोबरीचा होत नाही; कारण वजिरीकरणानंतरची पहिली चाल ही विध्वंसक ठरू शकते.

(दोन) ४५ व्या समस्येतील पांढरा राजा एच २ मध्ये आहे, तर समस्या क्र. ४४ मध्ये काळा राजा ए ६ मध्ये होता, त्यामुळे

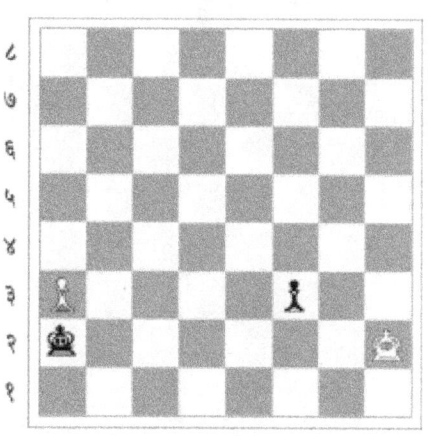

ए बी सी डी ई एफ जी एच
आकृती क्र. : ११४

पांढऱ्याला जादा शक्यता कोणती लाभते आणि त्या शक्यतेचा तो उपयोग करून घेऊ शकतो का? या समस्येला दोन पर्याय उद्भवतात. वरील बाब (अ) मधून पांढरा एका (सुस्थानी) घरात जातो आणि बाब (ब) मध्ये तो दुसऱ्यात जातो.

**उत्तर :** पांढरा पुढीलप्रमाणे जिंकतो. **१ ए ४, रा बी ३; २ ए ५, रा सी ४; ३ ए ६, रा डी ३; ४ ए ७, एफ ७, ५ ए ८ = व, एफ ८ = व; ६ व ए ६ शह, रा हलतो ७ व × एफ ८ ने** (रेषाघातात) काळा वजीर मारून अंती पांढरा सहज जिंकतो (आणि जर २...., रा सी ३ मग मात्र पांढऱ्याने ३ ए ६? ची घोडचूक करता कामा नये. कारण ३...., रा डी २! ने काळा बरोबरी साधतो; परंतु ३ रा जी १! रा डी ४; ४ ए ६, रा ई ३, ५ रा एफ १ ने पांढरा जिंकतो तेव्हा अंती महत्त्वाचा फरक म्हणजे या समस्येतील पांढरा राजा सुरुवातीलाच एच २ मध्ये आहे आणि एच ३ नाही.) डावाचा शेवट करणारा सुसंघटित मारा

म्हणजे रेषाघात हा होय. डावमध्यातील हिकमती डावपेचांचा आविष्कार डावाच्या शेवटातही दाखवून देता येतो.

### स्थिती समस्या क्र. ४६

राजा आणि प्याद्याच्या डावाच्या शेवटातील एका मोठ्या बाबीचे म्हणजे काटेकोर वेळापत्रकाप्रमाणे चाली रचण्याचे खास दिग्दर्शन करणारे असे एक सखोल अभ्यासाचे हे उदाहरण आहे.

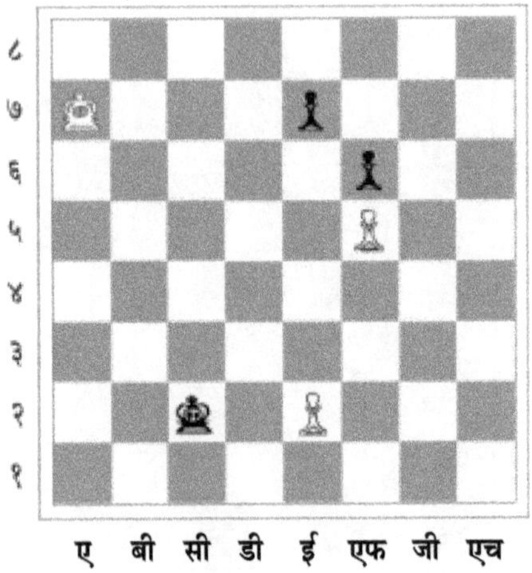

**सहायक सूचना** - काळा कोणत्या पांढऱ्या प्याद्याला मारू शकतो, याचा पूर्ण कानोसा घेतला की, काळ्याच्या उत्कृष्ट बचावाचा सुगावा लागतो, याची खातरी करून घेतल्यावर दोन्ही राजांना कोणती उत्तम स्थिती मिळू शकते, याचा विचार करून या सर्व बाबींचा मागोवा घेतल्यावर, सर्वांत महत्त्वाचा मुद्दा उपस्थित होतो की, आता कोणाची खेळी आहे. मग तुम्ही विचार करून अशी काही कारवाई करावयाची की, पांढरा तेथे वेळीच पोहोचतो तेव्हा (त्याच्या दृष्टिकोनातून) योग्य चाल खेळाडू करतो.

आ. बी. सी. डी. ई. एफ. जी. एच.
**आकृती क्र. : ११५**
**(पांढरा खेळतो व जिंकतो)**

**उत्तर** - प्रथम, चुकीच्या मार्गांनी कसा खेळ होतो ते पाहू. (क) १ रा बी ७, रा डी २; २ रा सी ७, रा × ई २; ३ रा डी ७, रा एफ ३; ४ रा × ई ७, रा एफ ४; ५ रा × एफ ६, मग पांढरा सहज जिंकतो खरे; परंतु दोन्ही खेळाडू वाईट खेळलेत, काळा हरल्याने आता आपण काळ्याच्या चालीत सुधारणा करून पाहू.

(ख) १ रा बी ७, रा डी २; २ रा सी ७, रा ई ३; ३ रा डी ७, रा एफ ४; ४ रा × ई ७, रा × एफ ५ ने बरोबरी होते आणि आता (ग) १ रा बी ६, रा डी २, २ रा सी ५, रा ई ३, ३ रा डी ५, रा एफ ४, ४ रा ई ६, रा ई ४ (जर ४..., रा जी ५, मग ५ ई ४), ५ ई ३ ने पांढरा जिंकतो. काळ्याला मग आत्मघातकी चाल करणे भाग पडते; परंतु तरीही काळ्याला याहूनही सरस खेळता येईल कसे ते पहा.

(घ) १ रा बी ६, रा सी ३, २ रा सी ५, रा डी २, ३ रा डी ५, रा ई ३, ४ रा ई ६, रा एफ ४, ४ ई ३, शह, रा ई ४ (आता पांढऱ्याची खेळी आहे, (आणि 'ग'मध्ये दाखविल्याप्रमाणे काळ्याची खेळी नाही) तेव्हा तो रा × ई ७ ची चाल (न चुकता) करतोच. मग ६... रा × एफ ५ ने डाव बरोबरीचा होतो. हे सारे पारखून घेता, पांढऱ्यालाही (हिकमती त्रिकोणात्मक चाली करून) गतिवाढ (गेन ए टेम्पो) मिळविता येते, तेव्हा अचूक डाव खेळता येतो. उदा. (च) १ रा बी ६, रा सी ३, २ रा सी ५, रा डी २, ३ रा सी ६, रा ई ३, ४ रा डी ५, रा एफ ४, ५ रा ई ६, रा ई ४, ६ ई ३ ने पांढरा अंती जिंकतो. अशा रीतीने उद्‌भवणाऱ्या डाव शेवटील साच्यामध्ये दोन्ही राजे मध्ये एक घर ठेवून एकमेकांच्या विरोधात येतात. (आणि येथे पांढरा ६ ई ३ चाल करतो.) तेव्हा काळ्या राजाला दूर हटणे भाग पडते. मग पांढऱ्याने 'विरोध'चा लाभ मिळविला आहे, असे म्हणतात. राजा आणि प्याद्याचा डाव शेवटामध्ये 'विरोध'चा लाभ मिळविणे हेच मध्यवर्ती सूत्र असते आणि हे साधण्यासाठी क्लिष्ट मोहिमांचा सखोल काटेकोर अभ्यास करून गतिवाढ मिळविणे (वा घालविणे) हेच विशिष्ट सूत्र अशा डाव शेवटामध्ये असते.

## स्थिती समस्या क्र. ४७

या स्थिती समस्या क्र. ४७ मध्ये अत्यंत उत्कंठा वाढविणारी बाब आहे. ही समस्या ४७, **फेंटॉन** वि. **पॉटर** (१८७५) यांच्या डावातील आहे आणि तरीही संगनमताने बरोबरी केली; परंतु तरीही **झुकेरटॉर्टरने** (जर काळा राजा एच ३ मध्ये असेल तर) पांढरा कसा जिंकू शकतो हे दाखवून दिले. **जी. ई. बारबीअर** यांनी त्यांच्या ग्लासगो साप्ताहिकामधील बुद्धिबळाचे सदरामध्ये समस्या ४७ ची आकृती देऊन (की ज्यामध्ये काळा राजा ए १ मध्ये आहे) असे निदर्शनास आणले की, हा डाव बरोबरीचा होतो. या सर्वांवर कडी केली ती एका बुद्धिबळ पंडित वाचकाने. त्याने तर हा डाव पांढरा जिंकतो हे दाखवून दिले. याचे

**आकृती क्र. : ११६ (पांढरा खेळतो आणि डाव शेवट कसा होतो?)**

विवरण तुम्ही करू शकाल का? (यामध्ये असे समजा की, वजीर वि. हत्ती असा शेवटचा साचा आणला तर मग वजीर जिंकतो का? नेमके काय केले असता पांढरा जिंकतो?)

**सहायक सूचना**

पांढऱ्याने प्याद्याची आगेकूच करून त्याची वजिरात बढती करून डाव जिंकावा. तेव्हा साहजिकच काळा त्याला यापासून परावृत्त करण्याचा कसून प्रयत्न करतो. हे तो पुढील तीनपैकी एक गोष्ट करून साधून शकतो. (एक) राजासाठी प्याद्याला ईरेस पकडून (दोन) प्याद्याच्या पिछाडीला जाऊन, (तीन) पांढऱ्या राजावर अविरत शहमारा करून पांढऱ्याला वरीलपैकी एक वा दोन टाळणे कठीण जाते. वरील (तीन) मध्ये अशी काही स्थित्यंतर दर्शक विवेचक स्थिती उद्‌भवते की, त्यातून पांढरा राजा शहमाऱ्या बाहेर पडू शकतो. पांढऱ्याने हे साध्य केले की, मग काळा अनपेक्षितपणे व कल्पकतेने अशी काही उपाययोजना करतो आणि पांढऱ्याला प्याद्याचा वजीर करू देण्याची मुभा देऊन तो बरोबरी साधू पाहतो तेव्हा ती उपाययोजना कोणती? आणि पांढरा त्यावरही चतुराईने तशीच परिणामकारक सुरुंगपेरणी करतो, ती कशी? याचा योग्य रीतीने शोध घेतला की उत्तर सापडेल.

**उत्तर** - पांढरा पुढीलप्रमाणे चतुराईने हिकमती चाली करून अंती जिंकतो. कसे ते पहा. **१ सी ७, ह डी ६ शह, २ रा बी ५** (येथे २ रा बी ७? नको, मग २..., ह डी ७ ने काळा बरोबरी साधतो किंवा जर २ रा सी ५, ह डी १ ने बरोबरी होते.) **२..., ह डी ५ शह, ३ रा बी ४, ह डी ४ शह; ४ रा बी ३, ह डी ३ शह : ५ रा सी २;** (तसे पाहता सरळ आहे की नाही) मग काळा **५..., ह डी ४ ची चाल करतो** (आणि आता, जर ६ सी ८ = व मग काळा ६..., ह सी ४ शह ७ व × सी ४ ने डाव कुंठित होऊन बरोबरीचा होतो किंवा जर ६ रा सी ३, ह डी १, ७ रा सी २, ह डी ४ अशा रीतीने काळा, पुनरपि तीच ती स्थिती आणवून डाव बरोबरीचा करतो. तेव्हा काळ्याने बरोबरी करण्याचे साधले का? अगदीच तसे नाही काही.) कारण पांढरा **६ सी ८ = ह!!** ची निर्णायक चाल करतो. **६..., ह ए ४** (नाही तर पांढरा ह ए ८ शह मात करतो) **७ रा बी ३** ची चाल करून, ८ ह सी १ मातचा धाक देऊन काळा हत्ती गारद करतो आणि अंती डाव जिंकतो.

### स्थिती समस्या क्र. ४८

हत्ती अधिक प्यादी अशा प्रकारची डावाच्या शेवटच्या साच्यातील ही समस्या ४८ आहे. यामध्ये डावपेचात्मक कल्पना आढळून येईल.

**सहायक सूचना**

पांढऱ्याला 'ए ७' ची चाल करून डाव जिंकणे शक्य आहे; परंतु काळ्याने..., ह × ए ७ ची चाल केली नाही, तरच हे शक्य आहे. तेव्हा पांढऱ्याने ए ७ ची चाल करून, त्याच्या रक्षणासाठी पांढऱ्याला गुंतून पडावे लागते, तसेच काळ्याला... ह × ए ७ ची उत्तरदायी चाल करता आली नाही तर हे शक्य होते.

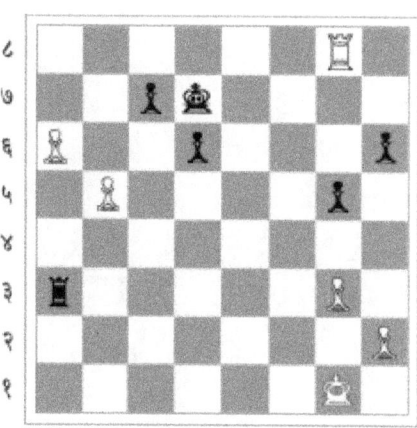

ए बी सी डी ई एफ जी एच

**आकृती क्र. : ११७**
**(पांढरा खेळतो व जिंकतो)**

**उत्तर :** पांढरा पुढीलप्रमाणे हिकमती डावपेचाच्या चाली करून अंती डाव जिंकतो. कसे ते पहा :

**१ बी ६! सी × बी ६** (नाही तर बी ७ ने पांढरा सहज जिंकतो.)

**२ ए ७! ह × ए ७** (नाही तर ए ८ = व)

**३ ह जी ७ शह देऊन** (पांढरा काळा हत्ती मारतो व अंती डाव जिंकतो)

हत्ती अधिक प्याद्याच्या डावाच्या शेवटांमध्ये पुढे गेलेल्या बढत प्याद्याचे वजिरीकरण साधण्यासाठी, सातव्या रांगेतून हत्तीने शहमारा करणे हे महत्त्वाचे हिकमती सूत्र अवलंबावे लागते. समजा आता पुढीलप्रमाणे स्थिती आहे. पांढरा हत्ती ए ८ मध्ये तर पांढरे प्यादे ए ७ मध्ये आहे आणि काळा हत्ती ए १ मध्ये आणि काळा राजा जी ७ मध्ये आहे आणि सातव्या रांकेत काळी प्यादी नाहीत. तेव्हा काळ्याने त्याचा राजा 'जी ७' अथवा 'एच ७' मध्येच ठेवणे श्रेयस्कर ठरते. ज्या क्षणी काळा राजा सातवी रांक सोडतो, त्याचक्षणी पांढरा त्या पट्टीत येऊन हत्तीने शहमारा करून, प्याद्याचा वजीर करतो. उदा. जर १..., रा एफ ६?? मग २ ह एफ ८ शह, रा जी ७/ई७, ३ ए ८ = वजीर होतो आणि समजा काळ्याने जर १..., रा एफ ७?? मग २ ह एच ८! ह × ए ७, ३ ह एच ७ शह! रा हलतो, ४ ह × ए ७ ने पांढरा, काळा हत्ती गारद करतो व अंतिम सहज डाव जिंकतो.

## स्थिती समस्या क्र. ४९

काळा खेळतो आणि अशी काही छानदार विजिगीषू चाली प्रणाली शोधून काढतो की, त्यातून बढत प्यादे निर्मून त्याचा दिमाखाने वजीर बनवून अंती जिंकतो.

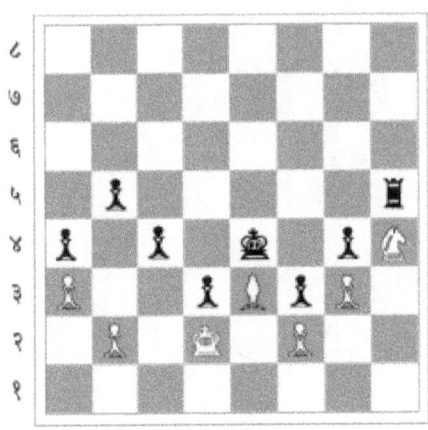

आकृती क्र. : ११८

ती चाली प्रणाली कोणती?

**सहायक सूचना?**

या इष्ट स्थितीतील कोंडी फोडण्यासाठी बऱ्याच बलिदानांचे अर्घ्य देणे भाग पडते. तेव्हा नेमक्या सहायक सूचना देणे. अवघड ठरते. तरीही उंटाला जोर देणारा राजा आणि एफ २ चे प्यादे आहे. उंटाला जोर देणे आवश्यक आहे. तशाच दोघांचाही इतराना परिणामकारक उपयोग होऊ शकतो का, याचा नीट कानोसा घेऊन, डावाच्या शेवटाच्या चालीत. असा काही हिकमती सुसंघटित मारा शोधून काढावयाचा की, जेणेकरून दोघांपैकी एकाची फारकत करून दुसऱ्यावर कार्यपीडित बोजा लादावयाचा?

काळा पुढीलप्रमाणे हिकमती चाली करून अंती जिंकतो. कसे ते पहा **१..., बी ४; २ ए × बी ४, ह × एच ४; ३ जी × एच ४, जी ३; ४ एफ × जी ३, सी ३ शह; ५ बी × सी ३, ए ३ आणि ६ पांढरा राजीनामा देतो.** कारण पांढऱ्याला २ ए × बी ४ ही चाल करणे अत्यावश्यक ठरते. नाही तर काळा २..., सी ३ शहाचा धाक देतो, मग ३ बी × सी ३ बी × ए ३, ४ रा सी १ तेव्हा काळा ४..., ह बी ५ नेऊन पांढऱ्या राजाला बी पट्टीत येण्यास मना करून ए ३ च्या बढत प्याद्याची यशस्वी आगेकूच करून नववजीर करतो. तेव्हा २ ए × बी ४ नंतर पांढऱ्याला सक्तीने चाली करणे भाग पडते, हे स्पष्ट आहे. या प्रज्ञादीपक डावाच्या शेवटात दोन सूत्रांचा समन्वय साधला आहे. (एक) प्याद्याचे वजिरीकरण आणि (दोन) पांढऱ्यांच्या दलांवर छुपा असणारा कार्यपीडित बोजा लादलेला आहे. तेव्हा समर्पक सुसंघटित माऱ्याचा आविष्कार साधण्यासाठी वर दोनमधील मार्ग स्वीकारणे श्रेयस्कर ठरते.

एफ २ प्याद्याने अथवा राजाने, दोहोपैकी एकाने उंटाला जोर करणे आवश्यक आहे. तेव्हा या दोघांनाही इतरत्र एखाद्या कामामध्ये संपूर्णपणे भाग घेता येणार नाही; तेव्हा अशी कोणती कामे असणार, असा प्रश्न साहजिकच पडतो. या प्रश्नाचा रोख एफ २ प्याद्याकडे वळविला, तर मग... ह × एच ४ चे घोडे मारल्यास, पांढऱ्याला जी × एच ४ खेळावे लागते, तेव्हा..., जी ३ मध्ये प्यादे पुढे पाऊल टाकते तेव्हा

एफ प्याद्याने जी ३ चे काळे प्यादे घेणे भाग पडते. मग उंटाला होणारा एफ २ च्या प्याद्याचा जोर हिरावला जातो, अशा कल्पना सुचतात. मग उंटाला जोर देण्यासाठी, एफ २ चे प्याद्यांवर पांढऱ्याला अवलंबून राहता येत नाही, तेव्हा ही कामगिरी राजाच्या अंगावर येऊन पडते. अशा अवस्थेत पांढऱ्या राजाला जर इतर कोणतेही काम करावयाचे झाल्यास, त्याच्यावर मोठे अरिष्ट कोसळल्याशिवाय राहणार नाही. तथापि अशा प्रकारे बिकट स्थितीत जर पांढरा राजा सापडला, तर मग वजिराच्या बाजूकडील तीन काळ्या प्याद्यांच्या विरुद्ध दोन पांढऱ्या प्याद्यांवर घाव घालण्यासाठी, काळा..., बी ४ मध्ये प्याद्याची आगेकूच करून पुढे... सी ३ शहाचा धाक देतो. यातूनच दोन कल्पना स्फुरतात (एक) छोट्या घोड्यासाठी मातब्बर हत्तीचे बलिदान करून, (दोन) जी ३ मध्ये प्यादे घुसविणे, बाकीच्या घडामोडी वर सांगितलेल्या आहेत. तेव्हा आता उरते ते समयोचित समयी, समर्पक व परिणामकारक सुसंघटित माऱ्याचा आविष्कर करून अंती जिंकणे; परंतु येथे १..., ह × एच ४, मग २ जी × एच ४, बी ४, ३ एच ५! ने पांढऱ्याला प्रतिडाव करण्याची सुसंधी लाभते. तेव्हा प्रथम बी ४ प्याद्याचे बलिदान करून मग वर उल्लेखलेल्या प्रमाणे मोहीम फत्ते करणे श्रेयस्कर ठरते.

तेव्हा या इष्ट स्थितीचे सतर्क सुसंगत चिंतन करूनच अशा प्रकारे विस्मयकारक, हिकमती चाली प्रणालींचा शोध घेणे बोधकारक ठरते.

**स्थिती समस्या क्र. ५०**

ही स्थिती मोडिवा वि. ताल यांच्या (१९६७ च्या पाल्मा द. मॅल्लोका) डावातील आहे.

काळा..., **एच २ ची** चाल करून पुढे..., **व ई ४ शह** ची धमकी देऊन..., **एच १ =** नववजीर करण्याचा मनसुबा रचतो; **परंतु खेळी पांढऱ्याची** असल्याने तो **१ व एफ ३,** ची चाल करतो; तेव्हा पुढे काय होईल?

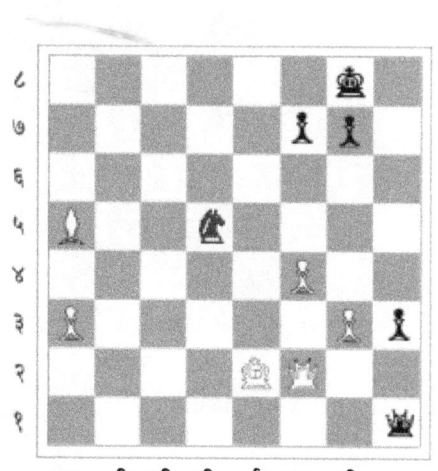

**ए बी सी डी ई एफ जी एच**

**आकृती क्र. : ११९**

**(काळा खेळतो व जिंकतो)**

**सहायक सूचना**

आता काळ्याने असा काही

मार्ग शोधला पाहिजे की, जेणेकरून तो एच ३ चे बढत प्यादे पुढे सारून निर्विघ्नपणे नववजीर करू शकेल? ती काळ्याची दुसरी गुरुकिल्लीची चाल असेल! तेव्हा आगेकूच करणाऱ्या काळ्या प्याद्यावर, पांढऱ्या राजाने, त्याला गाठून झडप घालण्यापासून कसे थोपविता येईल याचा शोध घेतला की, उत्तर गवसेल.

**उत्तर : पांढऱ्याने १ व एफ ३**, ची चाल केली तेव्हा काळ्याने **१...., व × एफ ३ शह दिला, २ पांढऱ्याने राजीनामा दिला.** का बरे? कारण जर २ रा × एफ ३, घो ई ३! तेव्हा पांढऱ्या राजाला काळ्या प्याद्याला वजीर करण्यापासून थांबविता येत नाही.

यातून असा बोध घेता येतो की, 'खूप पुढे गेलेल्या बढत प्याद्याची आगेकूच थोपवू शकणाऱ्या विरोधी राजाला त्यापासून तोडणे' हे एक डाव शेवटातील सर्वसाधारण सूत्र होय; तरीही या स्थितीमधील सफाईदारपणा आगळा वेगळा आहे.

### स्थिती समस्या क्र. ५१

ही स्थिती डॉ. युवे वि. आवरबाख यांच्या (१९५३ कॅण्डीडेट स्पर्धेतील अंतिम) डावामधली आहे. या इष्ट स्थितीतील कोंडी फोडण्यासाठी समर्पक बलिदानाची आवश्यकता आहे. तेव्हा नेमके कोणते बलिदान परिणामकारक ठरते ते पडताळून पहावे लागेल.

**ए बी सी डी ई एफ जी एच**
**आकृती क्र. : १२०**
(काळा खेळतो व जिंकतो)

**उत्तर -** काळा पुढीलप्रमाणे हिकमती बलिदान करून अंती जिंकतो कसे ते पहा -

**१...., घो × ए ३! २ उं × ए ३, घो बी ५; ३ उं सी १, घो × सी ३, ४ घो ई २, घो बी १; ५ पांढरा राजीनामा देतो.** काळा ५...., ए ३ चालीची धमकी देतो; तेव्हा पांढरा ६ उं × ए ३, ७ घो सी ३, बी २, आणि पांढऱ्याकडे बचाव उरत नाही आणि जर ४...., घो × ई २; ५ रा × ई २, सी ३ ची चाल करून काळा सहज जिंकतो. उदा. ६ रा डी ३, बी २, ७ उं × बी २; सी × बी २; ८ रा सी २, ए ३; असा सरळ सुसंघटित मारा आहे; परंतु निर्णायक वर्चस्व मिळविण्यासठी, काळा,

पांढऱ्याला कसा आवळत जातो हे अभ्यसनीय आहे. उदा. काळ्याला पुढीलप्रमाणे खेळून चालणार नाही. ३..., ए ३; ४ रा डी २, बी २; ५ उं × बी २, ए × बी २, ६ रा सी २ वगैरे. तसेच हेही लक्षात ठेवले पाहिजे की, १..., घो × सी ३? चूक आहे मग २ उं × सी ३, घो बी ५, ३ घो × डी ५! ने पांढऱ्याचे फावते तेव्हा काळ्याचे हे बलिदान चूक ठरते. अशा प्रकारचा सुसंघटित मारा डावाच्या शेवटात जारी करण्या अगोदर, काटेकोर चाली गणना करणे अत्यावश्यक आहे आणि अशावेळी कमी सैन्य दल झाल्याने प्रदीर्घ चाली गणना करणे अवघड जात नाही.

### स्थिती समस्या क्र. ५२

ही स्थिती चेरनियेंको वि. बॅझोनिन यांच्या डावातील आहे.

**सहायक सूचना**

बी ५ चे प्यादे नेटाने पुढे दामटणे आवश्यक आहे. यासाठी काळ्या घोड्याला माघार घेऊन बचावाला उपयुक्त होण्यापासून परावृत्त करावयाचे, तसेच पुढे हत्तीलाही तोडावयाचे. कसे ते पहा.

**ए बी सी डी ई एफ जी एच**

**आकृती क्र. : १२१**

**(पांढरा खेळतो व जिंकतो)**

**उत्तर :** पांढरा पुढीलप्रमाणे हिकमती चाली करून अंती जिंकतो.

१ बी ६, सी ५, २ घो ए ५, (जर २ बी ७, घो सी ६)

२..., ह सी २, ३ बी ७, ह बी २, ४ घो डी बी ३. काळा राजीनामा देतो.

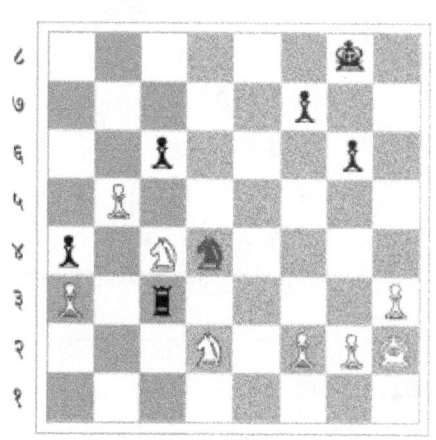

कारण जर ४..., ह × बी ३, ५ घो × बी ३, घो सी ६; ६ घो × सी ५, घो बी ८ ७ घो × ए ४, मग पांढरा सहज जिंकतो. किंवा जर ४..., ए × बी ३, ५ बी ८ = व शह, रा जी ७ ६ व ई ५ शह, वगैरे किंवा जर ५..., रा एच ७, ६ व एफ ४ ने पांढरा सहज जिंकतो.

## स्थिती समस्या क्र. ५३

हे स्पष्ट दिसते. परंतु अतिपुढे गेलेल्या बढत प्याद्याचा नववजीर करण्याचा धाक देऊन तो काळ्यावर त्वरित संकट परंपरा लादून जलद गतीने जिंकतो ते कसे? ही स्थिती सॉम वि. ग्रिंटेस्कू यांच्या (१९७० सी गेन) डावातील आहे.

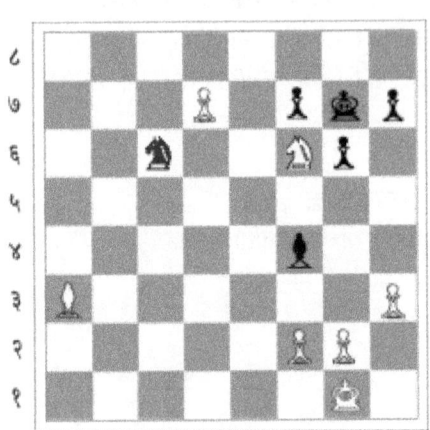

आकृती क्र. : १२२

(पांढऱ्याची खेळी आहे. तो शेवटी जिंकतो)

### सहायक सूचना

येथे सुरुवात अशी करावी १ उं ई ७, उं जी ५ (येथे १..., घो × ई ७? किंवा १..., उं सी ७ नको?) आता पांढरा, काळ्या राजावर घोर संकट आणतो, नाही तर त्याला प्रथम उंटाचे मग घोड्याचे अर्घ्य द्यावे लागते.

**उत्तर** - पांढरा पुढीलप्रमाणे हिकमती चाली करून त्वरित विजय संपादन करतो. **१ उं ई ७, उं जी ५** (येथे उं सी ७ नको मग २ घो ई ८ शह किंवा १... घो × ई ७? नको, मग घो ई ८ शह, रा हलतो, ३ डी = व) **२ घो ई ८ शह, रा एच ६; ३ उं एफ ८ शह, रा एच ५; ४ घो जी ७ शह, रा एच ४** (४..., रा एच ६ मग ५ घो एफ ५, दु. शह; रा एच ५, ६ जी ४, शहाने प्यादे मात होते) **५ रा एच २! उं डी ८** (५... उं एफ ४, शह; ६ जी ३ शह, उं × जी ३ शह; ७ एफ × जी ३ शह; रा जी ५; ८ उं ई ७ शह! रा एच ६; ९ घो ई ८ ने काळ्यावरील मात वाचते; परंतु काळ्याला दोन्ही मोहरी गमवावी लागतात.)

**६ एफ ४, काळा राजीनामा देतो.** कारण काळ्यावर **८ जी ३** ने मात होते.

अशा तऱ्हेने सुसंघटित मारा साधण्यासाठी पुढील कल्पनांचा आविष्कार करणे इष्ट ठरते. (एक) उंट ई ७ मध्ये चालविणे, हे सुचणे काही कठीण नाही. (दोन) जी ५ मध्ये असणाऱ्या उंटाच्या बिनजोरपणाचा पुरेपूर फायदा करून घेणे (तीन) धोकादायक एच ६ मध्ये काळ्या राजाची होणारी मुस्काटबाजी ओळखणे, हे सारे लक्षात घेऊनच सुसंघटित माऱ्याने आक्रमण करणे हे सुचवावयास मग वेळ लागत नाही.

## स्थिती समस्या नाट्याचा शेवटचा अंक

केळ्याच्या सालीवरून सटकून पडणाऱ्याला पाहून खुदकन् हसू फुटले खरे; परंतु त्यात हळहळीचा भाव अंतरंगात तरंगून जातो. तशीच परिस्थिती निष्णात बुद्धिबळपटूचा दारुण पराभव झालेला पाहून होतो. असे हे नाट्यमय शेवट यापुढील दहा स्थिती समस्यांत दिसून येतील.

### स्थिती समस्या क्र. ५४

(एक) 'काळ्याने नुकतीच **प्यादे जी ४** ची चाल केली' ही चाल करण्यामागील हेतू काय होता?

(दोन) याला पांढऱ्याने कोणते उत्तर दिले, त्याची परिणती कशी काय झाली?

**सहायक सूचना**

(**एक**) प्यादे डावाच्या शेवटाचा साचा साधण्याचा प्रयत्न काळ्याने केल्यास तो कसा काय असू शकेल?

(**दोन**) पांढऱ्याला त्वरित बरोबरी साधता येणे शक्य आहे, त्यासाठी त्याने कोणकोणत्या मार्गांचा अवलंब करावा?

ए बी सी डी ई एफ जी एच

**आकृती क्र. : १२३**

**उत्तर -** ही स्थिती समस्या पिलनिक वि. रेशेव्स्की यांच्या (अमेरिकन चॅम्पियनशिपच्या १९४२) डावामधील आहे.

(**एक**) जी ४ मध्ये प्यादे सारण्याचा काळ्याचा हेतू तसा स्पष्ट दिसतो. कारण जर २ व × जी ४ व ई १ शह; ३ रा जी २, व जी ३ शह ४ व × जी ३ एच × जी ३ मग प्यादे डावाच्या शेवटातून काळा जिंकतो. उदा. ५ रा × जी ३, रा बी ८, ६ रा एफ ४, रा सी ७, ७ रा ई ४, रा सी ६, ८ रा डी ४, रा बी ५, ९ रा सी ३, रा × ए ५ मग काळा सहज जिंकतो; परंतु प्रत्यक्षात चाली गणनेत व्यग्र असणाऱ्या काळ्याला ही कल्पना वेळीच सुचली नाही.

(**दोन**) २ व एफ २ याच चालीने पांढरा सक्तीने बरोबरी करू शकतो. कारण काळ्याला २..., व × एफ २ ची चाल करणे भाग पडते, तेव्हा 'कुंठित डावाने'

बरोबरी अटळ होते.

### स्थिती समस्या क्र. ५५

समस्या क्र. ५४ मधील परिस्थिती समान समस्या या क्र. ५५ मध्ये आढळेल.

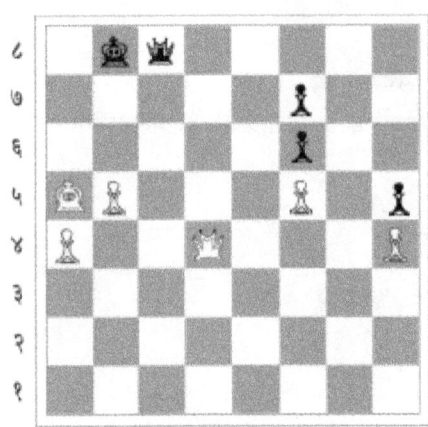

एबीसीडीईएफजीएच
आकृती क्र. : १२४

काळ्याने **'१...., व सी ७'** शह ही चाल केली, ही चाल करण्यामागे काळ्याचा काय हेतू होता. याला पांढऱ्याने **२ व बी ६ शह,** उत्तर दिले त्याची परिस्थिती कशी होते.

**उत्तर :** ही स्थिती चिगोरिन वि. स्लेचर यांच्या (ऑगस्टेंड १९०५) डावातील आहे. **१...., व सी ७ शह** ला पांढऱ्याने दिलेले उत्तर **२ व बी ६** प्रतिशहाने पांढरा वजिरा-वजिरी करून त्वरित डाव संपवू पाहतो; परंतु काळा **२...., रा ए ८!** या भक्कम बचावखोर चालीने उत्तर देऊन पांढऱ्याला काळा वजीर फुकटात मारण्याची मुभा देतो. कारण पांढऱ्याने ३ व × सी ७ ची चाल केल्यास डाव कुंठित होऊन बरोबरी होते. किंवा पांढऱ्याने जर ३ रा ए ६, मग काळा ३...., व सी ८ शह, ४ रा ए ५, व सी ७ अशा पुनरपि चाली करून डाव बरोबरीत सोडवितो. आता आणखी पर्याय म्हणजे १...., व सी ७ या चालीला पांढऱ्याने जर २ बी ६! ने उत्तर दिले तर तो सहज जिंकतो.

अशा रीतीने मातब्बर चिगोरिनला डाव जिंकण्याऐवजी सक्तीने बरोबरीस मान्यता द्यावी लागली.

### स्थिती समस्या क्र. ५६

काळा संभाव्य उद्दिष्ट साधण्यासाठी पुढीलप्रमाणे दहशती चाल करतो.

**१...., सी ६ ने डी ५** च्या हत्तीवर मर्मभेदक घाव तर घालतोच; शिवाय **२... व × एच २ शह, ३ व × एच २, ह × एच २ ने** मात करण्याचे स्वप्न साकारू इच्छितो, तेव्हा **(एक)** अशा या दुहेरी घातकी धाकाविरुद्ध पांढरा बचाव करू शकतो का?

**(दोन)** काळ्याच्या १..., सी ६ या चालीला पर्याय सुचवू शकता का?

ही स्थिती हॉरवीझ वि. पॉपर्ट यांच्या हॅमबर्ग (१८४४) डावातील आहे.

**सहायक सूचना**

**(एक)** डी ५ मधला पांढरा हत्ती आणि एच ६ मधला काळा वजीर पटावरून काढून बाहेर ठेवा. आता पांढरा, सुपरिचित असा सुसंघटित माऱ्याचा आविष्कार करू शकतो. असा सुसंघटित माऱ्याचा उपयोग समस्या क्र. ५६ च्या स्थितीत करून घेता येईल का?

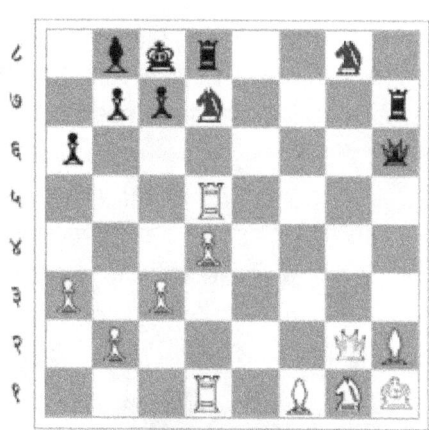

**ए बी सी डी ई एफ जी एच**

**आकृती क्र. : १२५**

**(काळ्याची खेळी आहे)**

**(दोन)** काळ्याच्या **१... सी ६** चालीमागील कल्पना चांगली आहे खरी; परंतु चालीचा क्रम मात्र चुकीचा आहे.

**उत्तर : (एक)** पांढऱ्याने **१... सी ६** या काळ्याच्या चालीला २ ह एच ५ अशी प्रति टोलात्मक आक्रमण साधणारी परिणामकारक प्रभावी प्रलयकारी चाल करून नुसता बचावच साधला नाही तर पुढीलप्रमाणे आणखी वजिराचे बलिदान करून डाव जिंकला, कसा तो पहा. **१..., सी ६, २ ह एच ५, व × एच५;** (येथे जरी २... व जी ७, अशी काळ्याने चाल केली तरीही पांढऱ्याच्या संभाव्य सुसंघटित माऱ्यात फरक पडत नाही.)

**३ व × सी ६ शह!!! बी × सी ६, ४ उं × ए ६, मात**

**अशा तऱ्हेने उंट द्वयीने साधलेली सुपरिचित मात केली.**

**(दोन)** काळ्याने पुढीलप्रमाणे योजनापूर्वक चाली रचल्या असत्या तर तो सहज जिंकतो.

**१... व × एच २, शह! व × एच २, ह × एच २ शह! ३ रा × एच २, सी ६ काटशह, ४ रा एच ३ / जी २, सी × डी ५ ने** काळ्याकडे एक मोहरे जादा राहते मग तो सहज जिंकतो. किंवा पांढऱ्याने जर ४ ह ई ५, घो × ई ५, मग पांढऱ्याला ई ५ मधील काळा घोडा डी ४ च्या प्याद्याने परत मारून काढता येत नाही. कारण ५ डी × ई ५ मग ५... ह × डी १ ने काळा, पांढरा हत्ती फुकटात गारद करतो आणि शेवटी काळा सहज जिंकतो.

अशा तऱ्हेने काळ्याने घाईत **१... सी ६** ची केलेली चाल त्याला खाईत लोटते. हे तर (एकमध्ये) पाहिले आहे. तेव्हा काळ्याची कल्पना बरोबर होती; परंतु आक्रमक चालीचा क्रम चुकला होता. अशा चुका खेळताना सहसा होतात.

### स्थिती समस्या क्र. ५७

पांढऱ्याने जोरदार हल्ला चढविण्याच्या हेतूने एक मोहरे देऊ केले होते. आता त्याने **१ एफ ५** ही चाल केली; परंतु शेवटी तो डाव हरला. याऐवजी त्याने नेमके काय खेळले असता तो जिंकेल?

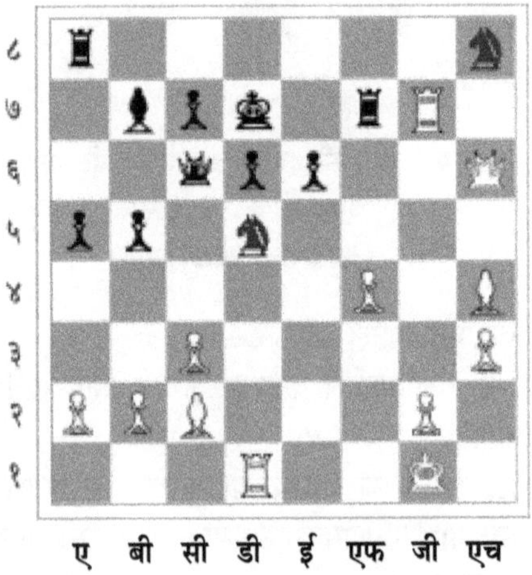

ही स्थिती मुसोलिंड वि. सिव्हिरी यांच्या (कॅटेन्झोरो १९७०) डावातील आहे.

ए बी सी डी ई एफ जी एच
आकृती क्र. : १२६

**सहायक सूचना**

विजिगीषू मार्ग अत्यंत खडतर आहे तसाच तो परिणामकारक असून, विशेष लक्षात ठेवण्याजोगाही आहे. तेव्हा हे म्हणणे खरे ठरवू शकणाऱ्या चाली तशाच परिणामकारक हव्यात. **उदा.**

**उत्तर :** पांढऱ्याने पुढीलप्रमाणे प्रज्ञादीपक चाली करण्याची अनमोल संधी फुकट दवडली आहे. त्याने **१ एफ ५?** ची चाल न करता वजीर बलिदानाची विस्मयकारक चाल करून सुसंघटित माऱ्यासाठी अनुकूल असणाऱ्या परिणामकारक दलांना कार्यान्वित करून, त्याला शत्रूचा पूर्ण पाडाव करता आला असता.

**१ व × ई ६ शह!** रा × ई ६; **२ ह ई १ शह,** रा डी ७; **३ उं एफ ५ मात** यामध्ये काळ्याला कडवा प्रतिकार पुढीलप्रमाणे करता आला असता

**२...,** घो ई ३, **३ ह × ई ३ शह,** व ई ४.

(येथे जर ३...., रा डी ५, मग ४ ह जी ५ शह, रा सी ४, ५ उं बी ३ मात होते.) **४ उं × ई ४,** अशा रीतीने पांढऱ्याने गेलेल्या मोहऱ्याचा बदला तर घेतलाच त्याशिवाय त्याच्याकडे तीन जहाल बढत प्याद्याही असल्याने शेवटी तो सहज जिंकतो.

## स्थिती समस्या क्र. ५८

अशा या विवेचक स्थित्यंतर दर्शक स्थितीत, काळ्याने १..., बी १ = व; ही चाल केली.

**(एक)** आता काय होईल? **(दोन)** याहून सरस चाल काळा करू शकतो का? (ही समस्या प्रेडग वि. म्लिमॉरिक यांच्या (सिसाक १९७०) डावातील आहे.)

**सहायक सूचना**

**(एक)** पांढऱ्याने शहाचा ससेमिरा एकदा का थांबविला तर तो संपलाच म्हणून समजा, तेव्हा -

**(दोन)** काळ्याने प्रथम प्याद्याचा वजीर करण्याअगोदर यादृश स्थितीत एक क्षुल्लक बदल करावयास हवा आहे. उदा.

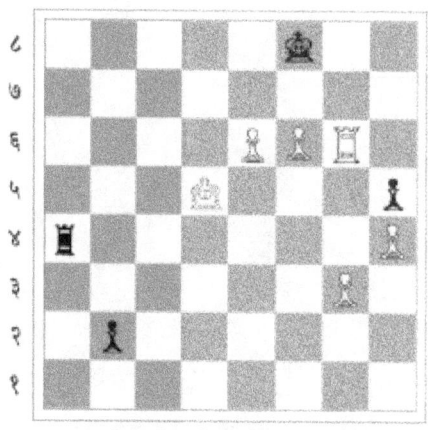

ए बी सी डी ई एफ जी एच

आकृती क्र. : १२७

**उत्तर : (एक) :** जेव्हा १... बी १ = व? चाल काळा करतो तेव्हा डाव पुढीलप्रमाणे प्रगत होतो : **२ ई ७ शह, रा एफ ७; ३ ह जी ७ शह, रा × एफ ६, ४ ई ८ = घो शह, रा एफ ५; ५ ह जी ५ शह मात होते.**

**(दोन)** यासाठी काळ्याने पुढीलप्रमाणे खेळणे आवश्यक ठरते. **१... ह ए ५ शह २ रा डी ६ बी १ = व मग पांढऱ्याला राजीनामा देण्यावाचून गत्यंतर राहत नाही;** कारण पांढऱ्याला आता प्रतिडाव करण्याची संधी राहत नाही.

मागील स्थिती समस्या प्र. ५७ पाहून वाटते की, पांढऱ्याला डाव हरण्यावाचून गत्यंतर नाही असे भासते. कारण डाव जिंकण्याची विजिगीषू क्लृप्ती त्याच्या ध्यानात खेळताना येणे अवघड असते; परंतु या स्थिती क्र. ५८ मध्ये काळ्याने नजरचुकीने केलेल्या चालीचे प्रायश्चित त्याला भोगावे लागले. या स्थितीत त्याला समयोचित विजयी चाली करण्याची पूर्ण मुभा होती. पांढऱ्याने मूळ डावात केलेल्या विजयी चाली म्हणजे त्याला नशिबाने दिलेले त्याला वरदान ठरते.

## स्थिती समस्या क्र. ५९

या इष्ट स्थितीत, पांढऱ्याची खेळी असताना त्याने, सहाजिकच दिसणारी १ उं × एफ ६ ची चाल करण्याचे नाकारून ऐवजी, पांढऱ्याने १ उं एच ६, ची चाल केली. मग तो डाव शेवटी बरोबरीत सुटला. तेव्हा

ए बी सी डी ई एफ जी एच

**आकृती क्र. : १२८**

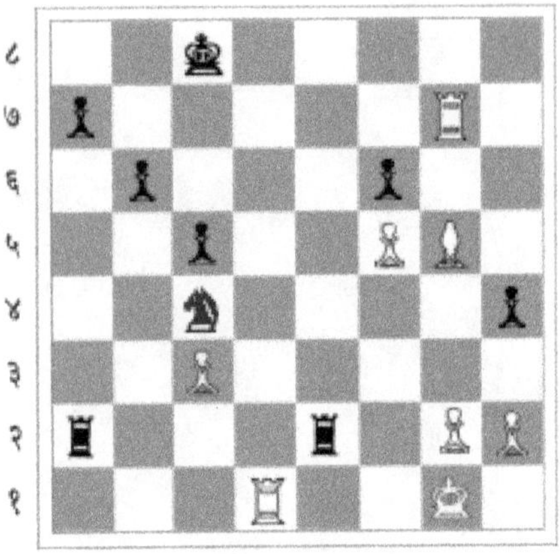

**(एक)** पांढऱ्याने १ उं × एफ ६? ची चाल करण्याचे का बरे नाकारले?

**(दोन)** त्याने तसे करणे बरोबर आहे का? ही स्थिती टायमानोव वि. हुबनर यांच्या (पाल्म द मालोस्क १९७० च्या इंटरझोनल) डावातील आहे.

### सहायक सूचना

**(एक)** घोड्याच्या डावपेचातील सर्वांत बलिष्ठ असे कोणते अस्त्र आहे? ते वापरा.

**(दोन)** कधी कधी सुसंघटित माऱ्याच्या शेवटी शेवटी प्रतिडावात्मक मारा होऊन सुसंघटित माऱ्याचा बीमोड होतो, तसा तो तेथे संभवतो आणि मग घोड्याचा एक कमकुवतपणा दिसून येतो.

**उत्तर : (एक)** पांढऱ्याने १ उं × एफ ६ ची चाल करण्याचे नाकारले कारण त्याला पुढीलप्रमाणे प्रतिसुसंघटित मारा होईल असे वाटले १..., ह × जी २ शह? २ ह × जी २, ह × जी २, शह, ३ रा × जी २, घो ई ३ द्विघाती शह, ४ रा एफ ३, घो × डी १ आणि काळ्याकडे एक जादा प्यादे राहते.

**(दोन)** नाही, पांढरा चुकला, कारण काळ्याच्या वरील प्रतिसुसंघटित माऱ्याअंती, पांढऱ्याला ५ सी ४! ची चाल करणे शक्य होते; मग काळ्या घोड्याला कातरीत पकडून, पांढरा अंती जिंकतो. कारण, जर १ उं × एफ ६ ची चाल पांढऱ्याने आधी केली असती तर तो उं एफ ६ मधून ए १ - एच ८ कर्णावर मारक दृष्टी ठेवतो. तेव्हा रा ई २ ने घोड्याला कातरीत पकडून गारद करून, पांढरा अंती सहज डाव जिंकतो. पांढऱ्याने हा मार्ग स्वीकारला असता तर मग तो अंती जिंकतो. कारण पटाच्या कडेला गेलेल्या घोड्याला कातरीत पकडण्याची संधी प्रतिस्पर्ध्याला लाभते, हाच तो घोड्याच्या चालीमधील एक कमकुवतपणा आहे.

### स्थिती समस्या क्र. ६०

या इष्ट स्थितीतून काळ्याने **१..., घो एफ २ शह २ रा जी १, घो एच ३ शह** असे शहावर शह देण्याचा ससेमिरा सुरू केला.

**या इष्ट स्थितीत काळा याहून सरस कामगिरी करू शकतो का?**

आकृती क्र. : १२९

ही स्थिती लुंडीन वि. स्मायस्लाव यांच्या (ग्रॉनिनजन १९४६) डावातील आहे. विशेष म्हणजे या स्थितीला मिळतीजुळती असणारी असाधारण (ज्यामध्ये फक्त दलांच्या रंगाची अदलाबदल असणारी) स्थिती सुमारे १९०६ मध्ये चिगोरीन वि. सबिन्स्टीन यांच्या डावात उद्भवली असताना चिगोरीनने तो डाव जिंकला, जो ४० वर्षांनंतर स्मायस्लाव जिंकू शकला नाही.

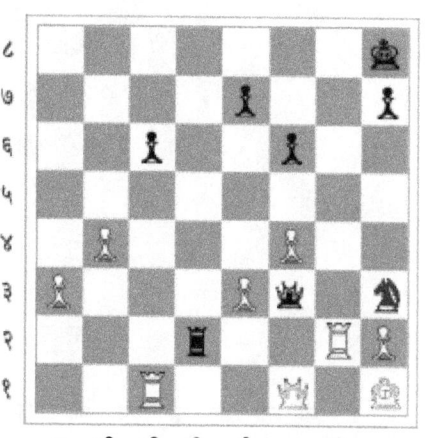

**सहायक सूचना :**

या इष्ट स्थितीत जी २ मधील पांढऱ्या हत्तीच्या संरक्षणासाठी पांढऱ्या वजिराला गुंतून पडावे लागते. या वस्तुस्थितीचा पूर्ण फायदा करून घेता येईल का? परंतु काही झाले तरी काळ्या वजिराची उचलबांगडी होता कामा नये?

**उत्तर** - (चिगोरीनने जसा डाव जिंकला होता त्याप्रमाणे) स्मायस्लावने (ही) पुढीलप्रमाणे चाली करून डाव जिंकावयास हवा होता.

**१..., ह एफ २,** तेव्हा पांढऱ्याला पुढील चाल करण्यावाचून गत्यंतर राहत नाही.

**२ व × एफ २, मग काळा २..., घो × एफ २ शह, ३ रा जी १, घो एच ३ शह, ४ रा एच १, व × ई ३, ५ ह एफ १, घो × एफ ४ नंतर काळा सहज डाव जिंकतो.**

## स्थिती समस्या क्र. ६१

या इष्ट स्थितीत पांढरा **१ व बी ५** ची चाल करतो आणि हरतो. त्याने नेमकी कोणती चाल करून डाव जिंकावयास हवा होता? ही स्थिती मार्शल वि. कॅपाब्लांका यांच्या (न्यू यॉर्क १९०९ डावातील आहे.)

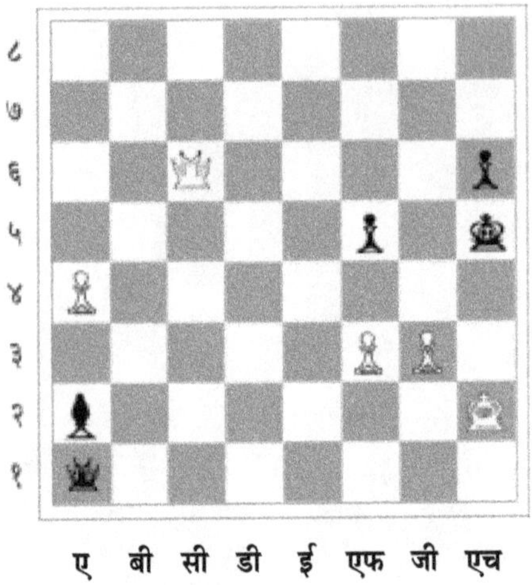

### सहायक सूचना

केवळ काही चाली करून पांढरा काळा वजीर मारतो वा काळ्या राजावर मात करतो.

**उत्तर :** पांढऱ्याने पुढील-प्रमाणे हिकमती चाली करून डाव जिंकावयास हवा होता.

**१ व ई ८ शह, रा जी ५, २ एफ ४, शह आणि आता (अ) २..., रा जी ४; व ई २ मात होते किंवा (ब) २..., रा एफ ६; ३ व एच**

ए बी सी डी ई एफ जी एच
आकृती क्र. : १३०

**८ शह,** देऊन पुढील चालीत रेषाघातात पकडलेला काळा वजीर गारद करतो. परंतु केवळ डाव पुढे रेटण्यासाठी **१ व ई ८ शह,** नंतर जर काळ्याने १..., उं एफ ७ ची चाल केल्यास. मग २ व × एफ ७ शह रा जी ५; ३ व जी ८ शह, रा एच ५; ४ व ई ८ शह, देऊन वर दाखविल्याप्रमाणे सुसंघटित (रेषाघाताच्या) माऱ्याचा आविष्कार करून अंती डाव जिंकता येतो. यावरून दिसून येते की, मार्शलसारख्या मातब्बर बुद्धिबळपटूच्या ध्यानात कदाचित उपर्निर्दिष्ट रेषाघाताचा सुसंघटित मारा वेळीच ध्यानात आला नसावा.

## स्थिती समस्या क्र. ६२

पांढऱ्याने **१ व ए ८?** ची चाल केली, तेव्हा काळ्याने डावाचा राजीनामा दिला?

**(एक)** अशा प्रकारे राजीनामा देण्यात काळ्याची काय चूक होती?

**(दोन)** पांढऱ्याने **१ व ए ८?** या चालीएवेजी नेमकी कोणती चाल करावयास हवी होती की जेणेकरून काळ्याने लवकर राजीनामा देणे संयुक्तिक ठरते.

ही स्थिती कॅपाब्लांका वि. सर जॉर्ज थॉमस यांच्या (हेस्टिंग्ज १९१९)

डावातील आहे.

**आकृती क्र. : १३१**

**सहायक सूचना**

**(एक)** काळ्याने १... ह सी १ शहची चाल करणे समयोचित ठरेल. (जर काळ्याला कदाचित उपयोगी पडणारी ह × सी १ ची चाल पांढऱ्याने केली तर?) परंतु पांढरा त्याचा हत्ती बी पट्टीतून हलू न देता तो २ रा एफ २! ची चाल करतो. अशा तऱ्हेची आणखी एखादी कल्पना सुचू शकते का की ती जास्ती परिणामकारक असू शकेल?

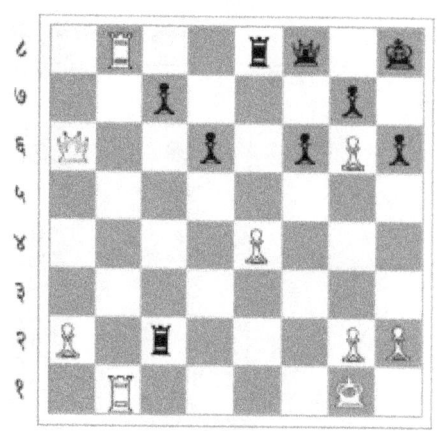

**(दोन)** मात टाळण्यासाठी काळ्याला पिछाडीवर एक तरी मोहरे गुंतवून ठेवावे लागते. या वस्तुस्थितीचा लाभ उठवता येतो का?

**उत्तर : (एक)** पांढऱ्याच्या **१ व ए ८?** चालीवर काळ्याने पुढीलप्रमाणे खेळावयास हवे **१-- ह × ए २,** मग २ व × ए २, ह × बी ८, किंवा जर **२ ह × ई ८,** ह × ए ८ अशा चाली पांढऱ्याला निरुपयोगी आहेत. तेव्हा **२ व बी ७** ही तुलनात्मक दृष्टीने सरस वाटते. परंतु २---, ह × बी ८, ३ व × बी ८, ह ए ८, ४ व सी ७ नंतर पांढरा बरोबरी साधण्याशिवाय जास्ती काही करू शकत नाही.

**(दोन)** यामध्ये विजिगीषू मार्ग म्हणजे १ ह × ई ८, व × ई ८, व ए ४, ह सी १ शह! ३ रा एफ २ मग काळ्याचा एक हत्ती मारला जातो किंवा त्यावर मात होते; परंतु पांढऱ्याने १ व ए ७? चाल करू नये; मग १--, ह सी १ शह! २ ह × सी १, ह × बी ८ अशी दुहेरी घोडचूक होण्याचे कारण असे असावे की, दोन्ही खेळाडूंना वाटले की, पिछाडीच्या दबावामुळे पांढरा जिंकेल आणि त्यांना पुढीलप्रमाणे संभाव्य चाली होतील असे वाटले. जर ए व ७, मग काळा -- ह, सी १ शह आणि पुढे त्यांना दिसले की, पांढऱ्याची व ए ८ ची चाल समर्पक उत्तरदायी नाही. दोघांनीही जास्ती खोलात शिरून समयोचित दक्षतेने चाली गणना केली नाही.

## स्थिती समस्या क्र. ६३

या इष्ट स्थितीत पांढऱ्याने त्याची खेळी असताना **१ व × एच ८** ची चाल करणे नाकारले. कारण त्यातून पुढील संभाव्य चालींची शक्यता होती.

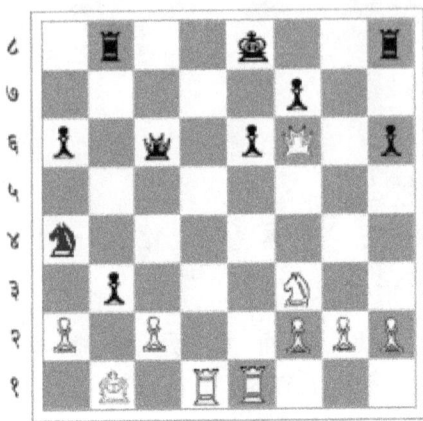

**आकृती क्र. : १३२**

उदा. **१ व × एच ८ शह रा ई ७ २ व × बी ८ व × सी २ शह ३ रा ए १ व × ए २ मात** हे जाणून तो **ए × बी ३** ची चाल करतो. तेव्हा काळा त्यातून डाव बरोबरीने सोडविण्याची संधी साधतो. तेव्हा समस्या क्र. ६३ च्या स्थितीत पांढऱ्याने नेमक्या कोणत्या सफाईदार समयोचित चाली करून डाव जिंकावा?

ही स्थिती अझटॉलस वि. अलेखाईन यांच्या (१९३१ बेड) डावातील आहे.

**सहायक सूचना**

पांढऱ्याने कदाचित घाईघाईने **१ व × एच ८** ची चाल करण्याचे नाकारले असेल, तरीही त्यातून योग्य मार्ग गवसतो! उदा. उत्तर : **पांढरा** पुढीलप्रमाणे आक्रमक व परिणामकारी चाली रचून अंती डाव जिंकतो. कसे ते पहा. १ व × एच ८ शह रा ई ७; २ ह डी ७ शह, रा × डी ७ (आता येथे (अ) जर २..., व × डी ७ मग ३ व × बी ८ किंवा २... रा × डी ७, ३ घो ई ५ द्विघाती शह, रा सी ७, ४ व × बी ८ शह! रा बी ८, ५ घो × सी ६ शह देतो. या दोन्ही चाली प्रणालींच्या शेवटी एक जादा हत्ती पांढऱ्याकडे शिल्लक राहतो. ही वस्तुस्थिती अझटॉलसच्या लक्षात आली नाही.

बेडची ही स्पर्धा अलेखाईनने अपराजित राहून जिंकली.

## स्थिती समस्या क्र. ६४

या इष्ट स्थितीत पांढऱ्याने दोन प्यादी कमी असताना व तशात त्याच्यावर असह्य दबाव असताना तो **१ व ई ३?** ची चाल करतो. त्याला काळ्याने **१..., ह ए ८ ची उत्तरदायी चाल करून संभाव्य..., ह ए १ शहाचा मर्मभेदक**

**हल्ला करून डाव जिंकला. तेव्हा पांढऱ्याने १ व ई ३? या चालीऐवजी नेमकी कोणती बचाव करणारी चाल करून डाव वाचवावा? (ही स्थिती टायमानोव वि. गेलर यांच्या (१९६७ रशिया) डावातील आहे.)**

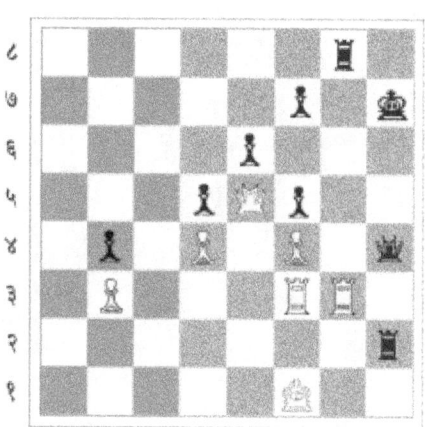

ए बी सी डी ई एफ जी एच

**आकृती क्र. : १३३**

**सहायक सूचना**

सद्य:स्थितीत, पांढऱ्याचे कोणतेही प्यादे हलू शकत नाही, यातून काही मार्ग शोधता येतो का?

**उत्तर :** पांढऱ्याने पुढीलप्रमाणे चाली करून डाव बरोबरीत सोडवावा १ ह × जी ८, रा × जी ८ २ ह जी ३ शह, व × जी ३ (येथे २..., रा एफ ८? नको, मग व डी ६ शह देऊन पांढरा जिंकतो.) ३ व बी ८ शह, रा एच ७ (जर ३...,रा जी ७, मग ४ व जी ८ शहाने डाव कुंठित होतो) **४ व एच ८ शह, रा × एच ८ने** डाव कुंठित होऊन बरोबरीने सुटतो.

अशी आहे ही नमुनेदार स्थिती समस्या क्र. ६४ की, ज्यामुळे डाव कुंठित होऊन, बरोबरीने डाव सुटण्याची नोटीस मिळते. कारण यामध्ये पांढऱ्याचे कोणतेही प्यादे हलू शकत नाही. म्हणूनच जेव्हा अशी स्थिती उद्‌भवते, तेव्हा त्यापासून डाव कुंठित होऊन बरोबरी साधण्याचा मार्ग शोधणे इष्ट ठरते. तशात डावाच्या शेवटच्या समस्यांमध्ये जेव्हा हत्ती व वजीर उरतात. तेव्हा त्यांचे सरळ शहदायी बलिदान करून, बरोबरी साधण्याचे आपले अंतिम उद्दिष्ट साध्य करून घेता येते.

## स्थिती समस्या क्र. ६५

ही स्थिती पट्रेश वि. शुशकोविच (१९६७ युनो सो रशिया) यांच्या डावातील आहे.

**सहायक सूचना :** डी ५ चा काळा उंट हलला की पांढऱ्या वजिरावर प्राणघातक हल्ला होण्याची शक्यता असतानाही तो वजीर घेता येतो का? याचा खोलवर विचार केल्यास उत्तर गवसेल.

**उत्तर :** काळा पुढील प्रमाणे हिकमती चाली करून अंती डाव जिंकतो. उदा

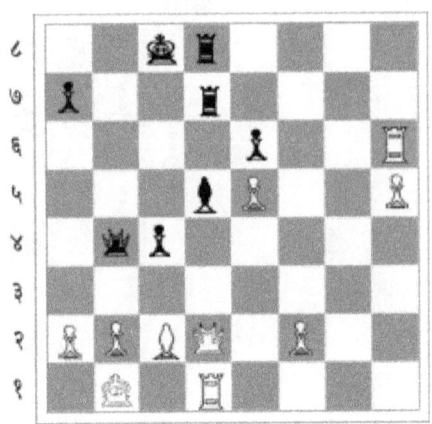

आकृती क्र. : १३४

: १--, उं ई ४ आता जर (अ) २ व × बी ४? ह × डी १ शह मात; किंवा जर (ब) २ उं × ई ४? ह × डी २; ३ ह × डी २ व × डी २ ने काळा सहज जिंकतो. किंवा जर (क) २ व × डी ७ शह, ह × डी ७ ३ ह एच ८ शह, रा सी ७, ४ ह × डी ७ शह, रा × डी ७; ५ उं × ई ४, व ई १ शह; ६ रा सी २, व × ई ४ शह मग डावाच्या शेवटात काळा वजीर विरुद्ध पांढरा हत्ती उरतात तेव्हा काळा सहज डाव जिंकू शकतो. यामध्ये सुसंघटित मारा करण्यासाठी काळ्याने वापरलेली अस्त्रे म्हणजे गनिमी काव्याचा हल्ला ईर आणि पिछाडीतून दिलेला मात उद्भवक धाक हे होत.

◆